INSIGHT PUBLICA®

INSIGHT PUBLICA®

Nadakkavu, Kozhikode, Kerala
Tel:0495–4020666
www. insightpublica.com
e-mail: insightpublica@gmail.com
Kattile Veedukal
V. Bianki
(Malayalam)
Translation: Omana
First Insight Edition:March 2020

ISBN 978-93-89804-13-3
Printed and Published by
Insightinpublica Printers & Publishers Ltd.
₹ 190

വി. ബിയാങ്കി

കാട്ടിലെ വീടുകൾ

വിവർത്തനം: ഓമന

ചിത്രങ്ങൾ: എം. മിലുരിച്ച്

INSIGHT PUBLICA

ഉള്ളടക്കം

കാട്ടിലെ വീടുകൾ

പുഴയിലേയ്ക്ക് ഉന്തി നിന്ന ചെങ്കുത്തായ പാറക്കെട്ടിനു മീതെ മീവൽപക്ഷിക്കുഞ്ഞുങ്ങൾ അങ്ങോട്ടുമിങ്ങോട്ടും പറന്നുകൊണ്ടിരുന്നു. ചലപില ചിലയ്ക്കുകയും ചിറകിട്ടടിയ്ക്കുകയും ചെയ്തുകൊണ്ട് പരസ്പരം പിടിക്കാനുള്ള ശ്രമത്തിലായിരുന്നു അവ. ആകാശത്തിൽ അവ “ഓടിപ്പിടുത്തം” കളിക്കയായിരുന്നു.

കൂട്ടത്തിൽ ചെറുതായിരുന്ന കൊച്ചുമീവൽ പറക്കാൻ ബഹുസ മർത്ഥയായിരുന്നതിനാൽ അവളെ പിടിക്കാൻ മറ്റു പക്ഷിക്കുഞ്ഞു ങ്ങൾക്കു കഴിഞ്ഞിരുന്നില്ല. ആരെങ്കിലും അടുത്തെത്തിയാൽ അവൾ ഊളിയിട്ടോ വെട്ടിച്ചു പറന്നോ രക്ഷപ്പെടും. പിടിക്കാൻ പിന്നാലെ വരുന്ന പക്ഷിക്കുഞ്ഞ് നമ്മുടെ കൊച്ചുമീവലിന്റെ അടുത്തെത്തി യാലുടൻ അവൾ ഇടത്തോട്ടും വലത്തോട്ടും മേലോട്ടും കീഴോട്ടും അതിവേഗം പറന്നുതുടങ്ങും. അവളുടെ ചിറകുകൾ നിമിഷനേരം പോലും നിശ്ചലമാകാതെ സദാ ചലിച്ചുകൊണ്ടിരിക്കും.

പെട്ടെന്ന് നീലാകാശത്തിൽ ഒരു പ്രാപ്പിടിയൻ പ്രത്യക്ഷപ്പെട്ടു. കൂർത്ത വളവോടു കൂടിയ അതിന്റെ ചിറകുകൾ തട്ടി വായു ചൂളംവി ളിച്ചുകൊണ്ടിരുന്നു.

മീവൽ പക്ഷികൾ ഭയന്നുപോയി. നിമിഷനേരംകൊണ്ട് അവ നാലുപാടും പറന്നകന്ന് അപ്രത്യക്ഷരായി.

കൊച്ചുമീവൽ തിരിഞ്ഞുനോക്കാതെ പറന്നുകൊണ്ടിരുന്നു. അവൾ പുഴയും കാട്ടും തടാകവും പിന്നിട്ടു.

പ്രാപ്പിടിയനോടൊപ്പം ഓടിപ്പിടുത്തം കളിക്കുന്നത് അങ്ങേയറ്റം അപകടകരമാണ്.

ചിറകുകൾ കുഴയുന്നതുവരെ കൊച്ചുമീവൽ പറന്നുകൊണ്ടിരുന്നു.

മുന്നോട്ടു പോവാൻ ശക്തി തീരെ ഇല്ലാതായപ്പോൾ അവൾ തിരിഞ്ഞുനോക്കി: ആരും തന്നെ പിടിക്കാൻ പിന്നാലെ വരുന്നില്ല. അവൾ ചുറ്റുപാടും കണ്ണോടിച്ചു. തികച്ചും അപരിചിതമായ ഒരു സ്ഥലത്താണ് താൻ എത്തിയിരിക്കുന്നതെന്ന് അവൾക്കു മനസ്സിലായി. അവൾ താഴത്തേക്കു നോക്കി. അവിടെ ഒരു പുഴയുണ്ട്; എന്നാൽ അതു അവൾക്കു പരിചയമുള്ള പുഴയായിരുന്നില്ല. അവൾ അതിനു മുമ്പ് കണ്ടിട്ടില്ലാത്ത ഒരു പുഴ.

കൊച്ചുമീവലിന് ഭയം തോന്നി.

അവൾക്ക് തിരിച്ചു വീട്ടിലേക്കു പോകാൻ വഴിയറിയില്ല. പ്രാപ്പിടിയനെ കണ്ട് വല്ലാതെ പേടിച്ചുപോയതിനാൽ അവൾ വഴി നോക്കി മനസ്സിലാക്കിയിരുന്നില്ല.

നേരം സന്ധ്യയോടടുത്തിരുന്നു. താമസിയാതെ രാത്രിയാകും. അവൾ ഇനി എന്തു ചെയ്യും?

അവൾ പറന്നു താണ് ഒരു മരച്ചില്ലയിൽ ചെന്നിരുന്ന് കണ്ണീരൊഴുക്കി.

പെട്ടെന്ന് മണപ്പുറത്തുകൂടി ഒരു കൊച്ചുപക്ഷി ഓടിവരുന്നത് അവൾ കണ്ടു. കഴുത്തിൽ കറുത്ത വരയുള്ള ഒരു മഞ്ഞപ്പക്ഷി.

കൊച്ചുമീവലിനു സന്തോഷമായി.

"വീട്ടിലെത്താനുള്ള വഴി കാണിച്ചുതരൂ," അവൾ അപേക്ഷിച്ചു.

"എവിടെയാണ് നിന്റെ വീട്?"

"അതെനിക്കറിയില്ല."

"എവിടെയാണെന്ന് അറിയില്ലെങ്കിൽ അതു കണ്ടുപിടിക്കാൻ വളരെ പ്രയാസമാണ്. സൂര്യൻ അസ്തമിക്കാറായി. ഇനി ഇരുട്ടാകാൻ അധികസമയമില്ല. നീ ഇന്ന് എന്റെ വീട്ടിൽ താമസിച്ചോളൂ. എന്റെ പേര് പവിഴക്കാലി എന്നാണ്. ഞാൻ ഇവിടെ അടുത്താണ് താമസിക്കുന്നത്."

പവിഴക്കാലി ഏതാനും ചുവടു മുന്നോട്ടു ഓടിയിട്ട് കൊക്കുകൊണ്ട് മണലിലേയ്ക്കു ചൂണ്ടിക്കാണിച്ചു. അത് തല കുനിച്ച്, തന്റെ മെല്ലിച്ച കാലുകളിൽ നിന്ന് ആടിക്കൊണ്ട് പറഞ്ഞു:

"ഇതാണ് എന്റെ വീട്. വരൂ."

കൊച്ചുമീവൽ എത്ര സൂക്ഷിച്ചു നോക്കിയിട്ടും ഒരു വീടിനോട് സാമ്യമുള്ള യാതൊന്നും അവിടെ കാണാൻ കഴിഞ്ഞില്ല. മണലും ചരലും മാത്രമേ അവിടെ ഉണ്ടായിരുന്നുള്ളൂ.

"നീ കാണുന്നില്ലേ?അതാ ആ മുട്ടകൾ ഇരിക്കുന്നിടത്തേക്കു നോക്ക്."

മണലിൽ വലിയ ചരലുകൾക്കിടയിൽ പുള്ളിക്കുത്തുള്ള നാല് മുട്ടകൾ കിടക്കുന്നത് കൊച്ചുമീവൽ കണ്ടു.

"എന്താ, നിനക്ക് എന്റെ വീട് ഇഷ്ടപ്പെട്ടില്ലേ?"

കൊച്ചുമീവൽ കുഴങ്ങി. എന്തു മറുപടി പറയും? അത് ഒരു വീടേയല്ലെന്നു പറഞ്ഞാൽ പവിഴക്കാലിക്ക് സങ്കടമാകുമെന്ന് അവൾക്കറിയാം. ഒടുവിൽ അവൾ ഇങ്ങനെ പറഞ്ഞു:

"മുകളിൽ മറയൊന്നുമില്ലാത്ത മണലിൽ കിടന്നുറങ്ങി എനിക്കു ശീലമില്ല."

“അതു കഷ്ടമായിപ്പോയി. ഒരു കാര്യം ചെയ്യാം. ആ കാണുന്ന ഫെർമരത്തോപ്പിലാണ് നമ്മുടെ മാടപ്രാവിന്റെ വീട്. തറയോടുകൂടിയ സൗകര്യമുള്ള വീടാണ്. ഇന്നു രാത്രി നീ അവിടെ കൂടിക്കോ.”

“വളരെ ഉപകാരം” എന്നു പറഞ്ഞിട്ട് കൊച്ചുമീവൽ ഫെർമരത്തോപ്പിലേക്കു പറന്നു. മാടപ്രാവിന്റെ വീടു കണ്ടുപിടിക്കാൻ അവൾക്ക് ഒട്ടും പ്രയാസമുണ്ടായില്ല. അന്നു രാത്രിയിൽ തന്നേക്കൂടി അവിടെ താമസിപ്പിക്കാമോ എന്ന് അവൾ മാടപ്രാവിനോടു ചോദിച്ചു.

“നിനക്കു വീട് ഇഷ്ടമായെങ്കിൽ താമസിച്ചോളൂ.”

സത്യം പറഞ്ഞാൽ ആ വീടിന് തറയല്ലാതെ മറ്റൊന്നും ഉണ്ടായിരുന്നില്ല. അതുതന്നെ ഒരു അരിപ്പപോലെ തുളകളുള്ളതുമായിരുന്നു. ചുള്ളിക്കമ്പുകൾ തലങ്ങും വിലങ്ങും വച്ചുണ്ടാക്കിയ ഒരു വീട്.

ചുള്ളിക്കമ്പുകൾക്കു മുകളിൽ വെളുത്ത ഏതാനും മുട്ടകൾ ഇരിക്കുന്നത് തറയിലുള്ള വിടവുകളിലൂടെ താഴെനിന്നേ കാണാമായിരുന്നു.

കൊച്ചുമീവലിന് അത്ഭുതം തോന്നി.

“ഈ വീടിന് തറ മാത്രമേയുള്ളുവല്ലോ! ചുമരുകളില്ലാത്ത വീട്ടിൽ എങ്ങിനെ ഉറങ്ങും?”

“ചുമരുകളുള്ള വീടു വേണമെന്ന് നിർബന്ധമാണെങ്കിൽ ഓറിയോൾപക്ഷിയുടെ വീട്ടിലേക്കു ചെല്ലൂ. അതു നിനക്ക് ഇഷ്ടപ്പെടും.”

മാടപ്രാവ് മേൽവിലാസം പറഞ്ഞുകൊടുത്തു: ബർച്ച് മരത്തോപ്പിലെ ഏറ്റവും ഭംഗിയുള്ള ബർച്ച് മരത്തിന്റെ കൊമ്പ്.

കൊച്ചു മീവൽ ബർച്ച് മരത്തോപ്പിലേക്കു പറന്നു. അവിടെയുണ്ടായിരുന്ന മരങ്ങളെല്ലാം ഭംഗിയുള്ളവയാണെന്ന് അവൾക്കു തോന്നി. അവൾ ഓറിയോളിന്റെ കൂടന്വേഷിച്ചു കുറെ നേരം പറന്നു. ഒടുവിൽ ഒരു കൊച്ചു ബർച്ച് മരക്കൊമ്പിന്റെയറ്റത്ത് ഭംഗിയുള്ള ഒരു കൊച്ചു വീടിരിക്കുന്നത് അവൾ കണ്ടു. ചാരനിറമുള്ള കട്ടി കുറഞ്ഞ കടലാസുതുണ്ടുകൾകൊണ്ട് ഉണ്ടാക്കപ്പെട്ട ഒരു റോസാപ്പൂപോലെ ഇരുന്നിരുന്നു അത്.

"ഓറിയോളിന്റെ വീട് എത്ര ചെറുതാണ്! എനിക്കിരിക്കാൻ ഇവിടെ ഇടം കാണുകയില്ല," കൊട്ടുമീവൽ വിചാരിച്ചു. എങ്കിലും അവൾ വാതിലിൽ മുട്ടി. തൽക്ഷണം തന്നെ ചാരനിറമുള്ള ആ കൊച്ചുവീട്ടിനുള്ളിൽനിന്ന് ഒരു പറ്റം കടന്നലുകൾ പുറത്തുവന്നു. കൊച്ചുമീവലിനെ കടിക്കാനാണ് അവയുടെ പുറപ്പാടെന്നു തോന്നി.

കൊച്ചുമീവൽ ധൃതിയിൽ അവിടെനിന്ന് സ്ഥലം വിട്ടു. പച്ചനിറമുള്ള ഇലകൾക്കിടയിലൂടെ അവൾ പറന്നു.

പെട്ടെന്ന് സ്വർണ്ണനിറവും കറുപ്പും ചേർന്ന എന്തോ ഒന്ന് മിന്നിമറഞ്ഞു. കറുത്ത ചിറകുകളും സ്വർണ്ണനിറവുമുള്ള ഒരു പക്ഷി ഒരു മരക്കൊമ്പിലിരിക്കുന്നത് കൊച്ചുമീവൽ കണ്ടു.

"നീ എങ്ങോട്ടാണ് ഇത്ര ധൃതിയിൽ?" ആ പക്ഷി കൊച്ചുമീവലിനോടു ചോദിച്ചു.

"ഞാൻ ഓറിയോളിന്റെ വീടന്വേഷിച്ചു നടക്കുകയാണ്."

"ഞാനാണ് ഓറിയോൾ. ഈ ഭംഗിയുള്ള ബർച്ച് മരത്തിൽത്തന്നെയാണ് എന്റെ വീട്."

കൊച്ചുമീവൽ മരത്തിലേയ്ക്കു നോക്കി. എന്നാൽ പച്ചനിറമുള്ള ഇലകളും വെളുത്ത മരക്കൊമ്പുകളുമല്ലാതെ ഒന്നും അവൾ കണ്ടില്ല. എന്നാൽ ഒന്നുകൂടി സൂക്ഷിച്ചു നോക്കിയപ്പോൾ അത്ഭുതം കൊണ്ട് അവൾ വാ പൊളിച്ചു പോയി.

നിലത്തു നിന്ന് വളരെ ഉയരത്തിലുള്ള ഒരു ചെറിയ കൊമ്പിന്റെ അറ്റത്ത് ഒരു കൊച്ചു കൂട തൂങ്ങിക്കിടക്കുന്നത് അവൾ കണ്ടു. നാരും പുല്ലും കമ്പിളിരോമവും കടലാസുപോലെ കനംകുറഞ്ഞ ബർച്ച് മരത്തൊലിയും ചേർത്ത് ഭംഗിയായി മെടഞ്ഞെടുത്ത ഒരു കൂടയാ യിരുന്നു അത്.

“അയ്യോ! ഇത്ര ബലമില്ലാത്ത ഒരു വീട്ടിൽ താമസിക്കാൻ എനിക്കു പറ്റില്ല. അതു കാറ്റിൽ ആടുന്നതു കണ്ടിട്ടുതന്നെ തല ചുറ്റുന്നു. അത് ഏതു നിമിഷവും താഴെ വീഴും. മാത്രവുമല്ല മേൽക്കൂരയില്ലതാനും.”

സ്വർണ്ണനിറമുള്ള ഓറിയോൾ അതു കേട്ട് നീരസത്തോടെ പറഞ്ഞു: “എന്നാൽ നീ ചീഫ്–ചാഫിന്റെ വീട്ടിലേയ്ക്കു ചെല്ല്. നിനക്ക് തുറന്ന സ്ഥലത്ത് കിടന്നുറങ്ങാൻ പേടിയാണെങ്കിൽ കൂടാരം പോലുള്ള ആ വീട് നിനക്ക് ഇഷ്ടപ്പെടും. അതിന് ഒരു മേൽക്കൂരയുമുണ്ട്.”

കൊച്ചുമീവൽ ചിഫ്–ചാഫിന്റെ വീട്ടിലേക്കു പുറപ്പെട്ടു.

ഓറിയോളിന്റെ കൂട തൂങ്ങിക്കിടന്നിരുന്ന ബർച്ചുമരത്തിനടുത്തുള്ള പുല്ലിനിടയിലായിരുന്നു. ചിഫ്–ചാഫിന്റെ വീട്.

കൊച്ചുമീവലിന് ആ വീട് ഇഷ്ടപ്പെട്ടു. ഉണങ്ങിയ പുല്ലും പായലും കൊണ്ടാണ് അത് ഉണ്ടാക്കിയിരുന്നത്. "എത്ര നല്ല വീട്" ഇതിന് തറയും ചുമരുകളും മേൽക്കൂരയുമുണ്ട്. കിടക്കാൻ തൂവൽകിടക്കയും. ഞങ്ങളുടെ വീടുപോലെ തന്നെ."

കൂട്ടുകാരിയെ കിട്ടിയതിൽ ചിഫ്–ചാഫ് വളരെ സന്തോഷിച്ചു. ചിഫ്–ചാഫ് കൊച്ചുമീവലിന് ഉറങ്ങാനുള്ള ഇടം കാണിച്ചുകൊടുക്കുന്നതിനിടയിൽ പെട്ടെന്ന് ഭൂമി വിറച്ചുതുടങ്ങി. കൊച്ചുമീവലിനു പേടിയായി. അവൾ തലയുയർത്തി ശ്രദ്ധിച്ചു. അപ്പോൾ ചിഫ്–ചാഫ് പറഞ്ഞു:

"ഇത് കുതിരകൾ മരത്തോപ്പിലേക്ക് പാഞ്ഞുപോകുന്ന ശബ്ദമാണ്."

“ഒരു കുതിര ചവിട്ടിയാൽ ഈ വീട് തകർന്നുപോകുമോ?”

ചിഫ്–ചാഫ് വിഷാദപൂർവ്വം തലയാട്ടി.

“അയ്യോ, ഇവിടം അപകടം പിടിച്ച സ്ഥലമാണ്!” കൊച്ചുമീവൽ കൂടാരത്തിനു പുറത്തേക്കു പറഞ്ഞു. “ഇവിടെ കിടന്നാൽ എനിക്കുറക്കം വരില്ല. വീടിടിഞ്ഞുവീണ് ചാകും എന്ന പേടിയായിരിക്കും എപ്പോഴും. ഞങ്ങളുടെ വീട് വളരെ സുരക്ഷിതമാണ്. അതു ചവിട്ടി തകർക്കാൻ ആർക്കും കഴിയുകയില്ല.”

“നിന്റെ വീട് ഗ്രേബിന്റെ വീടുപോലെയാണെന്നു തോന്നുന്നു.” ചിഫ്–ചാഫ് പറഞ്ഞു. “ആ വീട് മരക്കൊമ്പിലല്ലാത്തതിനാൽ കാറ്റത്ത് നിന്നു പോകുമെന്ന് പേടിക്കണ്ട. നിലത്തല്ലാത്തതിനാൽ ആരും ചവിട്ടുകയുമില്ല. ഞാൻ നിന്നെ അങ്ങോട്ടു കൂട്ടിക്കൊണ്ടു പോകട്ടേ?”

“ശരി.”

അവർ ഗ്രേബിന്റെ വീടന്വേഷിച്ച് തടാകത്തിലേക്കു പറന്നു. അവിടെ വെള്ളത്തിന്റെ നടുക്ക് ഞാങ്ങണം വളർന്നു നിന്ന ഒരു ചെറുതുരുത്തിൽ വലിയ തലയുള്ള ഒരു പക്ഷി നിൽക്കുന്നത് അവർ കണ്ടു. അതിന്റെ തലയിലെ തൂവലുകൾ ചെറിയ കൊമ്പുകൾപോലെ ഉയർന്നുനിന്നു.

അന്നു രാത്രി താമസിക്കാൻ ഗ്രേബിനോട് അനുവാദം ചോദിക്കണമെന്ന് കൊച്ചുമീവലിനെ ഉപദേശിച്ചിട്ട് ചിഫ്—ചാഫ് തിരിച്ചുപോയി.

തടാകത്തിന്റെ നടുക്കുള്ള ചെറിയ തുരുത്തിലേക്ക് കൊച്ചുമീവൽ പറന്നു ചെന്നു. ആ തുരുത്ത് ഒഴുകിപ്പോകുന്നത് അവളെ അത്ഭുതപ്പെടുത്തി. ഉണങ്ങിയ ഞാങ്ങണത്തിന്റെ ഒരു കൂന വെള്ളത്തിൽ പൊങ്ങിക്കിടന്നാണ് അതുണ്ടായിരിക്കുന്നത്. ആ കൂനയുടെ നടുക്ക് ഒരു കുഴിയുണ്ടായിരുന്നു. മാർദ്ദവമുള്ള പുല്ലുകൊണ്ട് ആ കുഴി മൂടിയിരുന്നു. ഗ്രേബിന്റെ മുട്ടകൾ അവിടെയാണ് ഇരുന്നിരുന്നത്. ഉണങ്ങിയ കുറെ പുല്ലുകൊണ്ട് അവ മൂടിയിട്ടുണ്ട്.

ഒഴുകിക്കൊണ്ടിരിക്കുന്ന ആ തുരുത്തിന്റെ അറ്റത്ത് ഇരുന്നുകൊണ്ട് ഗ്രേബ് ഒരു വഞ്ചിയിൽ എന്നപോലെ തടാകത്തിലൂടെ ഒഴുകിപ്പോകുകയായിരുന്നു.

താൻ അന്തിയുറങ്ങാൻ ഒരിടം തേടി അലയുകയായിരുന്നെന്ന് കൊച്ചുമീവൽ ഗ്രേബിനോടു പറഞ്ഞു. തന്നെ അവിടെ താമസിപ്പിക്കണമെന്ന് അഭ്യർത്ഥിക്കുകയും ചെയ്തു.

"ഓളങ്ങളുടെ മീതെ ഉറങ്ങാൻ നിനക്കു പേടിയില്ലേ?"

"പക്ഷേ രാത്രിയിൽ ഈ വഞ്ചി കരയ്ക്കടുപ്പിച്ച് കെട്ടിയിടുകയില്ലേ?"

"എന്റെ വീട് ഒരു വഞ്ചിയല്ല. കാറ്റിന്റെ ഗതിയനുസരിച്ച് അതു ഒഴുകിക്കൊണ്ടിരിക്കും. രാത്രി മുഴുവൻ ചാഞ്ചാടുകയും ഒഴുകുകയും ചെയ്യുന്ന ഈ വീട്ടിൽ കിടന്നുറങ്ങാൻ നിനക്കു ധൈര്യമുണ്ടോ?"

"ഇല്ല, എനിക്കു പേടിയാണ്. എനിക്ക് എന്റെ വീട്ടിൽ പോകണം."

"നീ വലിയ ദുശ്ശാഠ്യക്കാരിയാണെന്നു തോന്നുന്നു!" ഗ്രേബ് കോപത്തോടെ പറഞ്ഞു. "നിനക്ക് ഒന്നും ഇഷ്ടമാവുകയില്ല! വേഗം പോയ്ക്കോ ഇവിടുന്ന്. പോയി വേണ്ടത് കണ്ടുപിടിച്ചോ."

ഗ്രേബ് കൊച്ചുമീവലിനെ ഓടിച്ചു.

കൊച്ചുമീവൽ പറന്നുകൊണ്ടിരുന്നു. നേരം ഇരുട്ടുന്നതുകണ്ട് അവൾ കണ്ണീരൊഴുക്കി.

താമസിയാതെ അവൾ ഒരു വലിയ കാട്ടിലെത്തി. അവിടെയുള്ള ഒരു മരത്തിന്റെ മുകളിൽ അവൾ ഒരു വീട്ടു കണ്ടു. അതിന്റെ അകവശം മാർദ്ദവമുള്ള പായൽകൊണ്ട് പൊതിഞ്ഞിരുന്നു.

"ഇതാണ് എനിക്കു വേണ്ട വീട്. നല്ല ഉറപ്പുണ്ട്. മേൽക്കൂരയുമുണ്ട്."

കൊച്ചുമീവൽ ആ വലിയ വീടിനടുത്തേക്കു പറന്നുചെന്ന് അതിന്റെ ചുമരിൽ കൊക്കുകൊണ്ടു മുട്ടിയിട്ട് ദയനീയമായ സ്വര ത്തിൽ അപേക്ഷിച്ചു:

"ഇന്നു രാത്രി എന്നെ ഇവിടെ താമസിപ്പിക്കാൻ ദയവു കാട്ടണേ."

പെട്ടെന്ന് തവിട്ടുനിറമുള്ള രോമവും എഴുന്നുനില്ക്കുന്ന മീശയും മഞ്ഞപ്പല്ലുകളുമുള്ള ഒരു ഭയാനകമായ തല അവിടെ പ്രത്യക്ഷപ്പെട്ടു. ആ ഭീകരൻ മുറുമുറുത്തു.

"പക്ഷികൾ രാത്രിയിൽ വന്ന് അണ്ണാന്മാരുടെ വീടിന്റെയും വാതിൽക്കൽ മുട്ടിത്തുടങ്ങിയത് എന്നു മുതലാണ്?"

കൊച്ചുമീവൽ പേടിച്ചുവിറച്ചു. അവളുടെ രക്തം ഉറഞ്ഞുപോയി. അവൾ കാട്ടിനുമീതെ കുതിച്ചുയർന്ന് അതിവേഗം പറന്നുതുടങ്ങി. തിരിഞ്ഞുനോക്കാൻ അവൾ ധൈര്യപ്പെട്ടില്ല.

ചിറകുകൾ കുഴയുന്നതുവരെ അവൾ പറന്നുകൊണ്ടിരുന്നു. മുന്നോട്ടു പോകാൻ തീരെ ശക്തിയില്ലെന്നായപ്പോൾ അവൾ ഒന്നും തിരിഞ്ഞു നോക്കി. ഇല്ല, ആരും പിന്നാലെ വരുന്നില്ല. അവൾ അടിയിലേക്കു നോക്കിയപ്പോൾ ഒരു പുഴ കണ്ടു. തനിക്കു സുപരിചിതമായ പ്രിയ പ്പെട്ട പുഴ.

അവൾ താണ് പുഴയിലെ ജലനിരപ്പിനടുത്തെത്തിയിട്ട് വീണ്ടും ഉയർന്ന് കുത്തനെയുള്ള പാറക്കെട്ടിന്റെ വക്കിലേക്കു പറന്നു.

പിന്നീട് അവൾ അപ്രത്യക്ഷയായി.

പാറക്കെട്ടിന്റെ വശത്ത് അനേകം പൊത്തുകളുണ്ടായിരുന്നു. മീവൽപക്ഷിക്കൂടുകളായിരുന്നു അവ ഓരോന്നും. കൊച്ചുമീവൽ ഒരു പൊത്തിൽ കയറി. വളരെ ഇടുങ്ങിയ ഒരു തുരങ്കം വഴി ഉള്ളിലേക്കു നടന്നു. തുരങ്കം അവസാനിച്ചത് വൃത്താകൃതിയിലുള്ള വലിയ ഒരു കുഴിയിലാണ്.

അവിടെ അമ്മ അവളെ കാത്തിരിക്കയായിരുന്നു.

ഉണങ്ങിയ പുല്ലും കുതിരരോമവും കൊണ്ടുള്ള മൃദുലമായ സ്വന്തം കിടക്കയിൽ കിടന്ന് ആ ക്ഷീണിച്ച മീവൽപക്ഷിക്കുഞ്ഞ് അന്നു രാത്രി സുഖമായി ഉറങ്ങി.

നിങ്ങളും സുഖമായി ഉറങ്ങൂ.

ചെങ്കുന്ന്

ചെറുപ്പക്കാരനായ ഒരു ചെന്തലയൻ കുരുവി ആയിരുന്നു ചിക്ക്. ഒരു വയസ്സു തികഞ്ഞപ്പോൾ അവൻ ചിരീക്കയെ കല്യാണം കഴിച്ചു. സ്വന്തമായി ഒരു കൂടുണ്ടാക്കി പാർപ്പുതുടങ്ങാൻ അവൻ നിശ്ചയിച്ചു.

“ചിക്ക്,” ചിരീക്ക കുരുവിഭാഷയിൽ പറഞ്ഞു. “ചിക്ക്, നമ്മൾ എവിടെ കൂടുകൂട്ടും? നമ്മുടെ തോട്ടത്തിൽ ഒറ്റ പൊത്തുപോലും ഒഴിഞ്ഞിട്ടില്ലല്ലോ?”

“അതൊന്നും ഒരു കാര്യമല്ല!” ചിക്ക് മറുപടി പറഞ്ഞു. തീർച്ചയായും, കുരുവിഭാഷയിൽത്തന്നെ, “അയൽക്കാരെ തുരത്തിയിട്ട് നമുക്ക് അവരുടെ പൊത്തു കൈക്കലാക്കാമല്ലോ?”

വഴക്കുകൂടാൻ അവനു വലിയ ഇഷ്ടമായിരുന്നു. ചിരീക്കയെ തന്റെ വീര്യം കാണിക്കുവാൻ അങ്ങനെ ഒരവസരം കിട്ടിയതിൽ അവൻ വളരെ സന്തോഷിച്ചു. ഭീരുവായ ചിരീക്കയ്ക്ക് അവനെ തടഞ്ഞുനിർത്താൻ കഴിയുന്നതിനുമുമ്പുതന്നെ അവൻ മരച്ചില്ലയിൽനിന്ന് എടുത്തുചാടി പൊത്തുള്ള ഒരു വലിയ ആഷ് മരത്തെ ലക്ഷ്യമാക്കി പറന്നു. അവിടെയാണ് അവന്റെ അയൽക്കാരൻ പാർത്തിരുന്നത്.

വീട്ടുകാരൻ പൊത്തിനടുത്തെങ്ങും ഇല്ലായിരുന്നു.

“പൊത്തിൽ കയറി ഇരുന്നുകളയാം.” ചിക്ക് തീരുമാനിച്ചു.

“വീട്ടുകാരൻ വരുമ്പോൾ അവൻ എന്റെ വീട് തട്ടിയെടുക്കാൻ പോകു ന്നെന്നു വിളിച്ചുകൂവാം. അപ്പോൾ വയസ്സൻ കുരുവികൾ പറന്നെത്തും. എല്ലാവരും ചേർന്ന് അയൽക്കാരനെ കൊത്തിത്തുരത്താം.”

അയൽക്കാരന് ഒരു ഭാര്യയുണ്ടെന്നും അവൾ അഞ്ചുദിവസമായി കൂടു തീർക്കുന്ന പണിയിലാണെന്നുമുള്ള കാര്യം അവൻ തീരെ മറന്നു പോയി.

ചിക്ക് പൊത്തിലേക്കു തലയിട്ടതേയുള്ളൂ—ആരോ അവന്റെ മൂക്കിന് നോവുംവണ്ണം ഒരു ഞൊട്ടുകൊടുത്തു. തുളച്ചുകയറുന്ന ഒരു ദുർബ്ബലശബ്ദം പുറപ്പെടുവിച്ചിട്ട് ചിക്ക് പൊത്തിൽനിന്ന് പറന്നക ന്നു. അപ്പോഴേക്കും പുറകിൽനിന്ന് അയൽക്കാരൻ അവന്റെനേരെ പാഞ്ഞെത്തി. ഉച്ചത്തിൽ ചിലച്ചുകൊണ്ട് അവർ വായുവിൽ കൊത്തുകൂടി. നിലത്തേക്കു വീണു. നിലത്തു കിടന്നു കൊത്തിക്കൊ ത്തി അവർ കാനയിലേക്കു ഉരുണ്ടുപോയി. ചിക്ക് നന്നായിട്ടുതന്നെ കൊത്തി. അയൽക്കാരന്റെ നില മോശമായിരുന്നു.

പക്ഷേ കൊത്തുകൂടുന്ന ഒച്ച കേട്ട് തോട്ടത്തിൽ എല്ലായിടത്തുനി ന്നും വയസ്സൻ കുരുവികൾ പറന്നെത്തി. ആരാണ് കുറ്റക്കാരനെന്ന് അവർ ഉടനടി മനസ്സിലാക്കി. അവർ ചിക്കിനെ പൊതിരം കൊത്തി. എങ്ങനെ അവിടെനിന്ന് രക്ഷപ്പെട്ടെന്ന് അവന് അറിഞ്ഞുകൂടാ.

മുമ്പെങ്ങും കണ്ടിട്ടില്ലാത്ത ഒരു കുറ്റിക്കാട്ടിൽ വച്ചാണ് അവന് ബോധം വീണത്. അവന്റെ എല്ലെല്ലാം വേദനിക്കുന്നുണ്ടായിരുന്നു.

ചിരീക്ക പേടിച്ചരണ്ട് അവന്റെ അടുത്ത് ഇരിപ്പുണ്ട്.

"ചിക്ക്! നമുക്കിനി ഒരിക്കലും സ്വന്തം തോട്ടത്തിലേക്കു മടങ്ങിച്ചെല്ലാൻ സാധിക്കയില്ല! ഞാനിനി എവിടെ മുട്ടയിട്ടു കുഞ്ഞുങ്ങളെ വിരിയിക്കും?" കുരുവികൾക്കു കരയാൻ അറിയാമായിരുന്നെങ്കിൽ ചിക്ക് വാവിട്ടുകരഞ്ഞേനെ, അത്രമാത്രം സങ്കടത്തോടെയാണ് ചിരീക്ക ഇതു പറഞ്ഞത്.

മേലാൽ വയസ്സൻകുരുവികളുടെ കണ്ണിൽ പെട്ടുപോകരുതെന്ന് ചിക്കിന് അറിയമായിരുന്നു: അവർ അവനെ കൊത്തി ശരിപ്പെടുത്തും. പക്ഷേ തനിക്കു പേടിയാണെന്ന് ചിരീക്ക അറിയുന്നത് അവന് ഇഷ്ടമായിരുന്നില്ല. താറുമാറായിക്കിടന്നിരുന്ന തൂവലുകൾ ചുണ്ടുകൊണ്ട് കൊത്തി നേരെയാക്കി, ശ്വാസം വീണ്ടെടുത്തിട്ട് അവൻ അലക്ഷ്യമായി പറഞ്ഞു:

"അതൊന്നും ഒരു കാര്യമല്ല. അതിലും നല്ല വേറൊരു സ്ഥലം കണ്ടുപിടിക്കാം."

അങ്ങനെ അവർ എങ്ങോട്ടെന്നില്ലാതെ പുറപ്പെട്ടു—പുതിയ ഒരു പാർപ്പിടം കണ്ടെത്താനായി.

അവർ കുറ്റിക്കാട്ടിൽനിന്നു പറന്നുചെന്നെത്തിയത് തുള്ളിച്ചാടിയൊഴുകുന്ന ഒരു നീലനദിയുടെ തീരത്താണ്. നദിയുടെ മറുകരയിൽ ചുവന്ന കളിമണ്ണും മണലും കൊണ്ടുള്ള വളരെ വലിയ ഒരു കുന്നുണ്ടായിരുന്നു. ആ കുന്നിന്റെ ഏറ്റവും മുകളിൽ കുത്തനെയുള്ള ഭാഗത്ത് ധാരാളം പൊത്തുകളും മാളങ്ങളും കാണപ്പെട്ടു. വലിയ ദ്വാരങ്ങളുടെ അടുത്ത് ഓരോ ജോടി മലങ്കാക്കകളും ചെമ്പരുന്തുകളും ഇരിപ്പുണ്ടായിരുന്നു. ചെറിയ മാളങ്ങളിൽനിന്ന് ഇടയ്ക്കിടെ മീവൽപക്ഷികൾ അതിവേഗം പുറത്തേക്കു പറന്നുകൊണ്ടിരുന്നു. അവയുടെ വെളുത്ത പറ്റം കുന്നിനുമുകളിൽ ഒരു ചെറുമേഘത്തെപ്പോലെ നീങ്ങിക്കൊണ്ടിരുന്നു.

"ഇവർക്ക് ഇവിടെ എന്തുല്ലാസമാണെന്നു നോക്കു!" ചിരീക്ക പറഞ്ഞു.

"നമുക്കും ഈ ചെങ്കുന്നിൽത്തന്നെ കൂടുകൂട്ടാം."

ചെമ്പരുന്തുകളെയും മലങ്കാക്കകളെയും കണ്ടപ്പോൾ ചിക്കിന് പേടി തോന്നി. അവൻ വിചാരിച്ചു: മീവൽപക്ഷികൾക്കെന്താണു പ്രയാസം? അവർ തന്നത്താൻ മണലിൽ മാളങ്ങൾ കുഴിക്കുന്നു.

എനിക്കാണെങ്കിൽ വല്ലവന്റേയും കൂട്ട തട്ടിയെടുക്കേണ്ടിവരും." അവന്റെ എല്ലെല്ലാം വീണ്ടും വേദനിക്കാൻ തുടങ്ങി.

"ഇല്ല," അവൻ പറഞ്ഞു. "എനിക്കിവിടം ഇഷ്ടമല്ല. എന്തൊരു ശബ്ദമാണിവിടെ, ചെവിട്ടുപൊട്ടാനും മതി."

അവർ വീണ്ടും പറന്നു. പിന്നെ ഒരു തോട്ടമായിരുന്നു. തോട്ടത്തിനപ്പുറത്ത് ചെറിയൊരു വീട്ടും പലകകൊണ്ടുണ്ടാക്കിയ ഒരു വിറകുപുരയും.

ചിക്കും ചിരീക്കയും വിറകുപുരയുടെ മുകളിൽ ചെന്നിരുന്നു. അവിടെ കുരുവികളും മീവൽപക്ഷികളുമൊന്നുമില്ലെന്ന് ചിക്ക് ഉടൻ തന്നെ മനസ്സിലാക്കി.

"താമസിക്കാൻ ഏറ്റവും പറ്റിയ സ്ഥലം!" അവൻ ചീരിക്കയോടു സന്തോഷപൂർവ്വം പറഞ്ഞു. "നോക്കൂ, മുറ്റത്ത് എത്രമാത്രം ധാന്യമണികളും അപ്പക്കഷ്ണങ്ങളുമാണ് കിടക്കുന്നത്! നമുക്ക് ഇവിടെ ഒറ്റയ്ക്കു തന്നെ കഴിയാം. മറ്റാരെയും ഇങ്ങോട്ട് കടത്തരുത്."

"ശ്ശ് ശ്ശ്!" ചിരീക്ക പറഞ്ഞു. "എന്തൊരു ഭയങ്കരസത്വമാണ് ആ പൂമുഖത്തു കിടക്കുന്നതെന്നു നോക്കൂ.!"

വാസ്തവം, പൂമുഖത്ത് ഒരു തടിച്ച ചെമ്പൻ പൂച്ച കിടന്നുറങ്ങുന്നുണ്ടായിരുന്നു.

"അതാണോ വലിയ കാര്യം!" ചിക്ക് ധൈര്യപൂർവ്വം പറഞ്ഞു. "അവന് നമ്മളെ എന്തു ചെയ്യാൻ കഴിയും? ഞാനിപ്പോൾ അവനെ എന്തു ചെയ്യുമെന്നു നോക്കിക്കോ!.."

അവൻ പുരപ്പുറത്തുനിന്ന് അതിവേഗം പൂച്ചയുടെ നേരെ പാഞ്ഞു. ചിരീക്ക ഉറക്കെ നിലവിളിച്ചുപോയി.

ചിക്കാകട്ടെ, പൂച്ചയുടെ മൂക്കിനു തൊട്ടുതാഴെനിന്ന് ഒരു അപ്പക്കഷ്ണം കൗശലത്തിൽ കൊത്തിയെടുത്തു. എന്നിട്ട് ഒറ്റ പറക്കലിന് പുരപ്പുറത്തു തിരിച്ചെത്തി.

പൂച്ച അനങ്ങിയതുപോലുമില്ല. ഒരു കണ്ണു പതുക്കെ തുറന്ന് ശല്യക്കാരൻ ആരാണെന്ന് ഒന്നു സൂക്ഷിച്ചുനോക്കിയെന്നു മാത്രം.

"കണ്ടില്ലേ?" ചിക്ക് വീമ്പടിച്ചു. "നിനക്കെന്തൊരു പേടി!"

ചിരീക്ക അവനോടു തർക്കിക്കാൻ പോയില്ല. കൂടുകൂട്ടാൻ സൗകര്യമുള്ള ഒരു സ്ഥാനം കണ്ടെത്താനുള്ള ശ്രമത്തിലായി ഇരുവരും.

വിറകുപുരയുടെ മേൽക്കൂരയ്ക്കു താഴെ ഉണ്ടായിരുന്ന ഒരു വലിയ വിടവാണ് അവർ തിരഞ്ഞെടുത്തത്. ആദ്യം വൈക്കോൽത്തുമ്പുകളും പിന്നീട് കുതിരരോമങ്ങളും പപ്പുകളും തൂവലുകളും അവർ അങ്ങോട്ടു കൊത്തിക്കൊണ്ടുപോയി.

ഒരാഴ്ച കഴിഞ്ഞില്ല, ചിരീക്ക കൂട്ടിൽ ആദ്യത്തെ മുട്ടയിട്ടു. ഇളംചുവപ്പും തവിട്ടുനിറവും കലർന്ന പുള്ളിക്കുത്തുകളുള്ള ഒരു ചെറിയ മുട്ട. ചിക്ക് വളരെ സന്തോഷിച്ചു. അവൻ തന്റെ ഭാര്യയെയും തന്നെയും പറ്റി ഒരു പാട്ടുപോലും ഉണ്ടാക്കി:

ചിരീക്ക്, ചിക്ക്-ചിക്ക്,
ചീരീക്ക്, ചിക്ക്-ചിക്ക്,
ചിക്കി-ചിക്കി-ചിക്കി-ചിക്കി,
ചിക്കി,ചിക്ക്,ചിരീക്ക്!

ഈ പാട്ടിന് യാതൊരു അർത്ഥവും ഉണ്ടായിരുന്നില്ല. എങ്കിലും വേലിപ്പുറത്തു തത്തിച്ചാടിക്കൊണ്ട് നീട്ടിപ്പാടാൻ നല്ല എളുപ്പമായിരുന്നു.

കൂട്ടിൽ ആറു മുട്ടകൾ തികഞ്ഞപ്പോൾ ചിരീക്ക അവയ്ക്ക് അടയിരുന്നു.

അവൾക്കു പുഴുക്കളെയും ഈച്ചകളെയും ശേഖരിക്കാനായി ചിക്ക് പറന്നു പോയി. കാരണം, ഇപ്പോൾ അവൾക്കു സ്വാദുള്ള ഭക്ഷണം ആവശ്യമാണ്. മടങ്ങിയെത്താൻ അവൻ അല്പം താമസിച്ചു. അവനെവിടെയാണ് ഒന്നു നോക്കാൻ ചിരീക്കുക്കു തോന്നി. അവൾ വിടവിൽനിന്ന് തലപുറത്തേക്കിട്ടതേയുള്ളൂ. നഖങ്ങൾ നിവർത്തിയ ഒരു കൈ മേൽക്കൂരയിൽനിന്ന് അവളുടെ നേരെ നീണ്ടു. ചിരീക്ക പറന്നു— പക്ഷേ ഒരു പിടി തൂവലുകൾ പൂച്ചയുടെ നഖങ്ങളിൽ കുടുങ്ങി. കുറച്ചു താമസിച്ചിരുന്നെങ്കിൽ അവളുടെ കഥ കഴിഞ്ഞേനെ.

പൂച്ച അവൾ പറന്നുപോകുന്നതു നോക്കിയിരുന്നു. എന്നിട്ട് വിടവിലേക്കു കൈയിട്ട് അവിടെനിന്നു കൂടു വലിച്ചെടുത്തു — വയ്ക്കോലും തൂവലുകളും പപ്പുകളും കൊണ്ടുള്ള ഒരുണ്ട. ചിരീക്ക കിടന്നു ചിലച്ചതും വെറുതെ, പറന്നെത്തിയ ചിക്ക് പൂച്ചയെ ധൈര്യപൂർവ്വം കൊത്തിയതും വെറുതെ. ആരും അവരുടെ സഹായത്തിനു വന്നില്ല. ആ കള്ളൻ പൂച്ച വിലയേറിയ ആറു മുട്ടകളും സമാധാനമായി ഇരുന്നുതിന്നു. കനംകുറഞ്ഞ കൂട് കാറ്റത്തു പറന്ന് പുരപ്പുറത്തുനിന്ന് നിലത്തേക്കു വീണു.

അന്നുതന്നെ ആ കുരുവികൾ ആ വിറകുപുര എന്നെന്നേക്കുമായി ഉപേക്ഷിച്ചു. ചെമ്പൻ പൂച്ചയിൽനിന്ന് അകലെ മാറി ഒരു തോപ്പിൽ പാർപ്പുറപ്പിക്കാൻ അവർ തീരുമാനിച്ചു.

ഭാഗ്യത്തിന് ഒഴിഞ്ഞ ഒരു പൊത്തു കണ്ടെത്താൻ അവർക്കു കഴിഞ്ഞു. അവർ വീണ്ടും വൈക്കോൽത്തുമ്പുകൾ കൊത്തിക്കൊണ്ടുവരാൻ തുടങ്ങി. ഒരാഴ്ച മുഴുവൻ പണിയെടുത്ത് അവർ കൂടുണ്ടാക്കി.

തടിച്ച ചുണ്ടുള്ള വന്നലക്കിളിയും ഭാര്യയും, പുള്ളിപ്പാണ്ടുള്ള

ഈച്ചപിടിയൻ കിളിയും ഭാര്യയും, സുന്ദരക്കുട്ടനായ പഞ്ചവർണ്ണക്കിളിയും ഭാര്യയും ആയിരുന്നു അവരുടെ അയൽക്കാർ. ഓരോരുത്തർക്കും സ്വന്തം വീടുണ്ടായിരുന്നു. ഭക്ഷണവും ആവശ്യത്തിനുണ്ടായിരുന്നു. എങ്കിലും അയൽക്കാരോടൊക്കെ ചിക്ക് വഴക്കടിച്ചു കഴിഞ്ഞു—വെറുതെ, കാരണമൊന്നുമില്ലാതെ, തന്റെ ശക്തിയും ധൈര്യവും ഒന്നു കാണിച്ചുകൊടുക്കാൻ വേണ്ടിമാത്രം.

വന്നലക്കിളി അവനെക്കാൾ ശക്തിമാനായിരുന്നു. അവൻ ചിക്കിനെ നന്നായിട്ടൊന്നു കൊത്തിപ്പറിച്ചു. അതിനുശേഷം ചിക്ക് കുറെയെല്ലാം സൂക്ഷിച്ചു പെരുമാറാൻ തുടങ്ങി. അവൻ വഴക്കിനു പോകാതായി. അയൽക്കാരിലാരെങ്കിലും വഴിയെ പറന്നുപോകുമ്പോൾ തൂവലുകൾ വിടർത്തി വഴക്കടിക്കാനെന്ന മട്ടിൽ ചലിയ്ക്കുക മാത്രം ചെയ്യും. അയൽക്കാർക്ക് അതിൽ ഒട്ടും ദേഷ്യം വന്നില്ല. അവർക്കും മറ്റുള്ളവരുടെ മുമ്പിൽ തങ്ങളുടെ വീറും ശക്തിയും കാണിച്ച് വീമ്പിളക്കാൻ ഇഷ്ടമായിരുന്നു.

വന്നലക്കിളിയാണ് ആദ്യമായി അപകടസൂചന നൽകിയത്. അവൻ വളരെ അകലെയാണു താമസിച്ചിരുന്നത്. പക്ഷേ ചിക്ക് അവന്റെ ഉച്ചത്തിലുള്ള, ആപൽസൂചകമായ "ര്യം—പിൻക്—പിൻക്! ര്യം—പിൻക്—പിൻക്!" കേട്ടു.

"വേഗം! വേഗം!" ചിക്ക് ചിരീക്കയെ വിളിച്ചു പറഞ്ഞു. "വന്നലക്കിളി കിടന്നു ചിലയ്ക്കുന്നതു കേൾക്കൂ! എന്തോ അപകടം ഉണ്ട്."

അതു വാസ്തവമായിരുന്നു. ഏതോ ഒരു ഭയങ്കരൻ അവളെ സമീപിക്കുന്നുണ്ടായിരുന്നു. വന്നലക്കിളിക്കുശേഷം പഞ്ചവർണ്ണക്കിളി നിലവിളിച്ചു. അതിനുശേഷം പുള്ളിപ്പാണ്ടുള്ള ഈച്ചപിടിയനും,

ഈച്ചപിടിയന്റെ വീട് വെറും നാലു മരത്തിന്റെ അകലത്തിലായിരുന്നു. അവൻ ശത്രുവിനെ കണ്ടുവെന്നുവരികിൽ ശത്രു തൊട്ടടുത്തെത്തി എന്നർത്ഥം.

ചിരീക്ക പൊത്തിൽനിന്നു പറന്ന് ചിക്കിന്റെ ഒപ്പം മരത്തിന്റെ ചില്ലയിൽ ചെന്നിരുന്നു. അയൽക്കാർ അപകടത്തെപ്പറ്റി അവർക്കു മുന്നറിയിപ്പു നൽകി, അവർ അതിനെ നേരിടാൻ തയ്യാറെടുത്തു.

മാർദവമുള്ള ചെമ്പൻരോമം കുറ്റിക്കാട്ടിൽ മിന്നിമറഞ്ഞു. അതാ, അവരുടെ മഹാശത്രുവായ കണ്ടൻപൂച്ച തുറസ്സായ സ്ഥലത്തേക്ക് ഇറങ്ങിവരുന്നു. അയൽ പക്ഷികൾ മൂലം താൻ കുരുവികളുടെ കാഴ്ചയിൽ പെട്ടെന്നും അതിനാൽ ചിരീക്കയെ കൂട്ടിലിട്ടു പിടിക്കാൻ ഇനി സാധ്യമല്ലെന്നും പൂച്ചയ്ക്കു മനസ്സിലായി. അവനു ദേഷ്യം വന്നു.

പെട്ടെന്ന് അവന്റെ വാലിന്റെ അഗ്രം പുല്ലിൽ കിടന്ന് ഒന്നനങ്ങി. കണ്ണുകൾ ചെറുതായി: അവൻ പൊത്തു കണ്ടുപിടിച്ചുകഴിഞ്ഞു! പ്രാതലിന് അരഡസൻ കുരുവികൾ! എന്താ മോശമാണോ? പൂച്ച ചുണ്ടു നനച്ചു. അവൻ അള്ളിപ്പിടിച്ചു മരത്തിൽ കയറി പൊത്തിലേക്കു കയ്യിട്ടു.

ചിക്കും ചിരീക്കയും തോട്ടം മുഴുവൻ കേൾക്കുമാറ് നിലവിളിച്ചു. പക്ഷേ ഇവിടെയും ആരും അവരുടെ സഹായത്തിനു വന്നില്ല. അയൽക്കാർ അവരവരുടെ സ്ഥാനങ്ങളിൽ ഇരുന്ന് പേടിച്ച് ഉറക്കെ നിലവിളിച്ചതേയുള്ളൂ. ഓരോ ഇണയ്ക്കും സ്വന്തം വീടിനെപ്പറ്റിയായിരുന്നു പേടി.

പൂച്ച നഖങ്ങൾ കൂട്ടിൽ ഉടക്കി കൂടു പൊത്തിൽനിന്നു പുറത്തെടുത്തു.

പക്ഷേ ഇത്തവണ അവന്റെ വരവ് കുറെ നേരത്തെയായിപ്പോയി. എത്രയെല്ലാം തിരിഞ്ഞിട്ടും കൂട്ടിൽ ഒറ്റ മുട്ടയും ഇല്ലായിരുന്നു.

അവൻ കൂടു വലിച്ചെറിഞ്ഞിട്ട് മരത്തിൽനിന്ന് താഴെയിറങ്ങി. കുരുവികൾ ചിലച്ചുകൊണ്ട് അവൻ പോകുന്നതും നോക്കിയിരുന്നു.

കുറ്റിക്കാട്ടിനടുത്ത് ചെന്നപ്പോൾ പൂച്ച തിരിഞ്ഞുനിന്ന് അവരുടെ നേരെ ഒരു നോട്ടം നോക്കി– "പിന്നെക്കാണാം, സുഹൃത്തുക്കളേ! എന്റെ അടുത്തുനിന്ന് നിങ്ങൾ എവിടെപ്പോകുവാനാണ്? എവിടെ വേണമെങ്കിലും പുതിയ കൂട്ടുണ്ടാക്കിക്കൊള്ളൂ. ഇഷ്ടമുള്ളിടത്ത് കുഞ്ഞുങ്ങളെ വിരിയിച്ചോളൂ! ഞാൻ വന്ന് ശാപ്പിട്ടോളാം, ഒപ്പം നിങ്ങളെയും!" എന്ന അർത്ഥത്തിൽ. എന്നിട്ട് അവൻ ഭീഷണമായി ഒന്നു ചീറ്റി. ചിരീക്ക പേടിച്ചു ഞെട്ടിപ്പോയി.

കണ്ടൻ പൂച്ച സ്ഥലം വിട്ടു. ചിക്കും ചിരീക്കയും താറുമാറാക്കപ്പെട്ട കൂട്ടിന്റെ അരികിലിരുന്നു സങ്കടപ്പെട്ടു. ഒടുവിൽ ചിരീക്ക പറഞ്ഞു..

"ചിക്ക്, കുറച്ചു ദിവസങ്ങൾക്കകം എനിക്കു തീർച്ചയായും ഒരു മുട്ടയുണ്ടാകും, നമുക്ക് നദിയുടെ അപ്പുറത്തേക്ക് വേഗം പറക്കാം. അവിടെയെങ്ങാനും ഒരു സ്ഥലം കണ്ടുപിടിക്കാം. അവിടെ പൂച്ച നമ്മളെ പിടിക്കില്ലെന്നു തീർച്ച."

നദിയുടെ കുറുകെ ഒരു പാലമുണ്ടെന്നും പൂച്ച ആ പാലത്തിൽക്കൂടി സാധാരണ നടക്കാറുണ്ടെന്നും അവൾക്ക് അറിഞ്ഞുകൂടായിരുന്നു. ചിക്കിനും അത് അറിഞ്ഞുകൂടായിരുന്നു.

"പറക്കുകതന്നെ," അവൻ സമ്മതിച്ചു.

അങ്ങനെ അവർ പറന്നു.

താമസിയാതെ അവർ ചെങ്കുന്നിന്റെ അടിവാരത്തിൽ എത്തിച്ചേർന്നു.

"വരൂ, ഞങ്ങളുടെ അടുത്തേക്കു വരൂ!" മീവൽപക്ഷികൾ തങ്ങളുടെ ഭാഷയിൽ ചിലച്ചു. "ചെങ്കുന്നിൽ ഞങ്ങൾ ഒത്തൊരുമയോടെ ഉല്ലാസമായാണ് ജീവിക്കുന്നത്."

"അതെ," ചിക്ക് വിളിച്ചു പറഞ്ഞു. "എന്നിട്ട് നിങ്ങൾതന്നെ വഴക്കിനു വരും!"

“വഴക്കടിച്ചിട്ട് ഞങ്ങൾക്കെന്തു കാര്യം?” മീവൽപക്ഷികൾ മറുപടി പറഞ്ഞു. “നദിക്കു മുകളിൽ പ്രാണികൾ എല്ലാവർ മതിയാവോളം ഉണ്ട്. ഞങ്ങളുടെ ചെങ്കുന്നിലാകട്ടെ ഒഴിവുള്ള പൊത്തുകൾ ധാരാളം— ഇഷ്ടമുള്ളതു തിരഞ്ഞെടുക്കാം.”

“ചെമ്പരുന്തുകളും മലങ്കാക്കകളുമോ?” ചിക്കിനു സമാധാനമായില്ല.

“ചെമ്പരുന്തുകൾ വയലുകളിൽനിന്ന് ചീവീടുകളെയും ചുണ്ടെലികളെയും പിടിച്ചുതിന്നോളും. ഞങ്ങളെ അവർ തൊടില്ല. ഞങ്ങളെല്ലാവരും തമ്മിൽ കൂട്ടാണ്.”

ചിരീക്ക പറഞ്ഞു

“നമ്മൾ എത്രയോ പറന്നു. ചിക്ക്! ഇതിലും നല്ലൊരിടം നമ്മൾ കണ്ടിട്ടില്ല. ഇവിടെത്തന്നെ പാർത്തുകളയാം.”

“ശരി,” ചിക്ക് കീഴടങ്ങി. “ഒഴിവുള്ള മാളങ്ങളുമുണ്ട്. ആരും വഴക്കിനു വരുകയുമില്ല. ആ സ്ഥിതിക്ക് ഇവിടെത്തന്നെ ആയിക്കളയാം.”

അവർ നദിയുടെ അടുത്തേക്കു പറന്നു. വാസ്തവംതന്നെ, ചെമ്പരുന്തുകളും മലങ്കാക്കകളും അവരെ തൊട്ടതുപോലുമില്ല.

തങ്ങളുടെ ഇഷ്ടത്തിനു യോജിച്ച ഒരു മാളം അവർ അന്വേഷിച്ചു. ആഴമധികമില്ലാത്തതും വീതിയുള്ളതുമായ ഒരു മാളമായിരുന്നു അവർക്കു വേണ്ടത്. അത്തരം രണ്ടു മാളങ്ങൾ അവർ അടുത്തടുത്തു കണ്ടെത്തി.

അതിലൊന്നിൽ അവർ കൂട്ട്കൂട്ടി. ചിരീക്ക അതിൽ മുട്ടയ്ക്കടയിരുന്നു. മറ്റേതിൽ ചിക്ക് രാത്രി കഴിച്ചു.

മീവൽ പക്ഷികൾക്കും മലങ്കാക്കകൾക്കും ചെമ്പരുന്തുകൾക്കും എല്ലാം പണ്ടേ കുഞ്ഞുങ്ങൾ വിരിഞ്ഞുകഴിഞ്ഞു. ചിരീക്ക മാത്രം തന്റെ ഇരുണ്ട മാളത്തിൽ ക്ഷമയോടെ ഇരുന്നു. ചിക്ക് രാവിലെതൊട്ട് വൈകുന്നതുവരെ ചിരീക്കയ്ക്ക് തീറ്റികൊണ്ടുവന്നു. രണ്ടാഴ്ച കഴിഞ്ഞു. ചെമ്പൻ പൂച്ചയെ കാണാനേയില്ലായിരുന്ന കുരുവികൾ അവന്റെ കാര്യം ഒട്ടു മറന്നുപോയി.

ചിക്ക് അക്ഷമയോടെ കുഞ്ഞുങ്ങളെ കാത്തിരുന്നു. ഓരോ പ്രാവശ്യവും ചിരീക്കയ്ക്ക് പുഴുവിനെയോ ഈച്ചയെയോ കൊണ്ടുവരുമ്പോൾ അവൻ ചോദിക്കും:

"അനക്കം വച്ചോ?"

"ഇല്ല, അനക്കം വച്ചില്ല,"

"അധികം താമസമുണ്ടോ?"

"താമസമില്ല, ഒട്ടും താമസമില്ല." ചിരീക്ക ക്ഷമാപൂർവ്വം മറുപടി നൽകും. ഒരു ദിവസം രാവിലെ ചിരീക്ക അവനെ മാളത്തിൽനിന്നു വിളിച്ചു:

"വേഗം പറന്നു വാ, ഒരെണ്ണത്തിന് അനക്കം വച്ചു!"

ചിക്ക് ഉടൻതന്നെ പാഞ്ഞെത്തി. ഒരു മുട്ടയുടെ അകത്തുനിന്ന് കുഞ്ഞ് തന്റെ ഇളം ചുണ്ടുകൾകൊണ്ട് തോടിൽ മെല്ലെ കൊത്തുന്നത് അവൻ കേട്ടു.

ചിരീക്ക വളരെ സൂക്ഷിച്ച് തോടിന്റെ ചില ഭാഗങ്ങൾ പൊട്ടിച്ച് കുഞ്ഞിനെ സഹായിച്ചു.

കുറെ നിമിഷങ്ങൽ കഴിഞ്ഞു. കുരുവിക്കുഞ്ഞ് മുട്ടയ്ക്കുള്ളിൽനിന്ന് തല കാണിച്ചു—കണ്ണു തെളിയാത്ത, പപ്പും പൂടയും ഇല്ലാത്ത ഒരു പീക്കിരി.

വളരെ നേർത്ത കഴുത്തിന്റെ അറ്റത്ത് പപ്പില്ലാത്ത വലിയ തല കിടന്നാടിക്കൊണ്ടിരുന്നു.

"എന്തു വിചിത്രമായിരിക്കുന്നു!" ചിക്ക് അത്ഭുതപ്പെട്ടു.

"ഒരു വിചിത്രവുമില്ല!" ചിരീക്ക പരിഭവപ്പെട്ടു. "വളരെ നല്ലൊരു കരുവിക്കുഞ്ഞ്! നിനക്ക് ഇവിടെ കാര്യമൊന്നുമില്ല. നീ ഈ പൊട്ടിയ

തോടെല്ലാം പെറുക്കി കഴിയുന്നതും ദൂരെ എവിടെയെങ്കിലും കൊണ്ടു പോയിക്കളയൂ."

ചിക്ക് തോടു കൊണ്ടുപോയിക്കളഞ്ഞിട്ട് തിരിച്ചുവന്നപ്പോഴേക്കും രണ്ടാമതൊരു കുഞ്ഞും കൂടി തോടുപൊട്ടിച്ച് പുറത്തുവന്നു. മൂന്നാമതൊരെണ്ണം തോടു പൊട്ടിക്കാൻ തുടങ്ങി. അപ്പോഴാണ് ചെങ്കുന്നിൽ അപകടസൂചന ആരംഭിച്ചത്.

മീവൽപക്ഷികൾ പെട്ടെന്ന് തുളച്ചുകയറുന്ന ശബ്ദത്തിൽ നിലവിളിക്കുന്നത് മാളത്തിലിരുന്നുകൊണ്ട് കുരുവികൾ കേട്ടു.

ചിക്ക് പുറത്തിറങ്ങി നോക്കിയിട്ട് ഉടൻതന്നെ വിവരവുമായി മടങ്ങിവന്നു: ചെമ്പൻ പൂച്ച കുന്നിന്റെ കുത്തനെയുള്ള ഭാഗത്തുകൂടി അള്ളിപ്പിടിച്ചുകയറിവരുന്നുണ്ട്!

"അവൻ എന്നെ കണ്ടു!" ചിക്ക് വിളിച്ചുപറഞ്ഞു. "അവൻ ഉടൻ ഇവിടെ എത്തും. നമ്മളെ കുഞ്ഞുങ്ങളോടൊപ്പം വലിച്ചുപുറത്തെടുക്കും. വേഗമാകട്ടെ, ഇവിടെനിന്ന് മാറിപ്പോവുകതന്നെ!"

"ഇല്ല!" ചിരീക്ക സങ്കടത്തോടെ പറഞ്ഞു. എന്റെ കൊച്ചു കുഞ്ഞുങ്ങളെ ഇട്ടിട്ട് ഞാൻ എങ്ങോട്ടും പോകില്ല. വരുന്നതു വരട്ടെ!"

ചിക്ക് എത്രയെല്ലാം വിളിച്ചിട്ടും അവൾ ഇരുന്നിടത്തുനിന്ന് അനങ്ങിയില്ല.

അപ്പോൾ ചിക്ക് മാളത്തിൽനിന്ന് പുറത്തേക്കു പറന്നു. ഒരു ഭ്രാന്തനെപ്പോലെ അവൻ പൂച്ചയുടെമേൽ ചാടിവീണു. പൂച്ചയാകട്ടെ മുകളിലേക്കു കയറിക്കൊണ്ടേയിരുന്നു. അവനുമുകളിൽ മീവൽപക്ഷികൾ കൂട്ടത്തോടെ വട്ടമിട്ടു പറന്നു. മലങ്കാക്കകളും ചെമ്പരുന്തുകളും അവരുടെ സഹായത്തിന് ഒച്ചയിട്ടു പാഞ്ഞുവന്നു.

പൂച്ച വേഗം മുകളിലേക്കു കയറി, ഒരു കൈ മാളത്തിന്റെ വക്കിൽ ഉറപ്പിച്ചു. മറ്റേ കൈ മാളത്തിലേക്കിട്ട് മുട്ടകളും കുഞ്ഞുങ്ങളും ചിരീക്കയുമടക്കം കൂട്ടു വലിച്ചു പുറത്തെടുക്കുന്ന പണിമാത്രമേ അവശേഷിച്ചിരുന്നുള്ളൂ.

പക്ഷേ ആ നിമിഷത്തിൽ ഒരു ചെമ്പരുന്ത് അവന്റെ വാലിൽ കൊത്തി. വേറൊരു ചെമ്പരുന്ത് തലയിലും. രണ്ടു മലങ്കാക്കകൾ ഒന്നിച്ച് അവന്റെ പുറത്തും കൊത്തി. പൂച്ച വേദനകൊണ്ട് ഒരു സീൽക്കാരശബ്ദം പുറപ്പെടുവിച്ചു. അവൻ പക്ഷികളുടെ നേരെ തിരിഞ്ഞ് അവയെ കൈ നീട്ടി പിടിക്കാൻ ഓങ്ങി. എന്നാൽ പക്ഷികൾ പറന്നു മാറി. അവൻ തലയും കുത്തി കീഴേക്ക് ഉരുണ്ടു. അവന് ഒന്നിലും ഒരു പിടി കിട്ടിയില്ല. അവന്റെ ഒപ്പം മണലും ഊർന്നുവീണുകൊണ്ടിരുന്നു. താഴേക്കു ചെല്ലുന്തോറും വേഗത കൂടിക്കൂടി വന്നു.

പൂച്ച എവിടെ എന്ന് പക്ഷികൾക്കു കാണാൻ കഴിയാതായി. കുന്നിൻചെരുവിൽനിന്ന് ചുവന്ന പൊടിപടലം താഴേക്ക് നീങ്ങുന്നതുമാത്രം കാണാമായിരുന്നു. പ്ളും! പൊടിപടലം വെള്ളത്തിനു മീതെ നിലയായി. പൊടി അടങ്ങിയപ്പോൾ നദിയുടെ നടുവിലായി പൂച്ചയുടെ നനഞ്ഞ തല പക്ഷികൾ കണ്ടു. പുറകിൽനിന്ന് ചിക്ക് പൂച്ചയുടെ പിൻകഴുത്തിൽ കൊത്തിക്കൊണ്ടിരുന്നു.

പൂച്ച നദി നീന്തിക്കടന്നു കരയ്ക്കു കയറി. ചിക്ക് അവിടെയും അവനെ വെറുതെ വിട്ടില്ല. പേടിച്ചരണ്ടുപോയിരുന്നതിനാൽ ചിക്കിനെ പിടിക്കാനുള്ള ധൈര്യം പൂച്ചയ്ക്കില്ലായിരുന്നു. നനഞ്ഞ വാലും പൊക്കിപ്പിടിച്ചുകൊണ്ട് അവൻ വീട്ടിലേക്കു കുതിച്ചു പാഞ്ഞു.

അതിനുശേഷം ചെമ്പൻപൂച്ച ചെങ്കുന്നിലേക്കു കടന്നിട്ടേയില്ല.

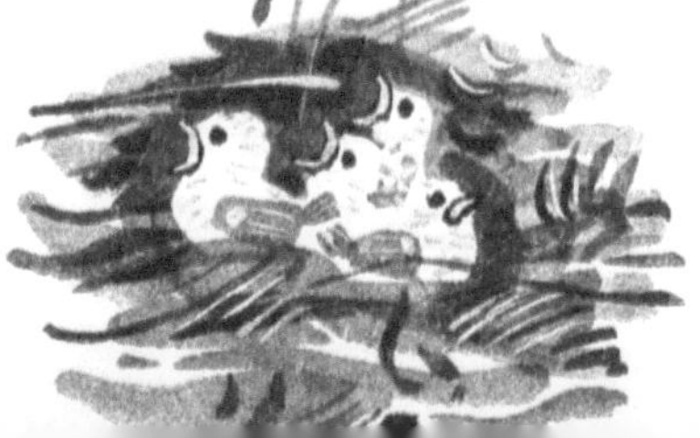

വീടെത്താൻ തിടുക്കംകൂട്ടിയ ഉറുമ്പ്

ഉറുമ്പ് ബർച്ചുമരത്തിന്റെ കുടുന്നവരെ കയറിയിട്ട് താഴത്തേക്കു നോക്കി. സ്വന്തം ഉറുമ്പിൽക്കൂടുപോലും അവനും തിരിച്ചറിയാൻ പ്രയാസമായിരുന്നു.

അവൻ ഒരു ഇലയിൽ കയറി ഇരുന്നുകൊണ്ട് തന്നത്താൻ പറഞ്ഞു.

"ഇവിടെയിരുന്ന് കുറച്ചു വിശ്രമിച്ചിട്ട് താഴെയിറങ്ങാം."

ഉറുമ്പുകൾ വലിയ കണിശക്കാരാണ്. സൂര്യൻ അസ്തമിക്കാൻ തുടങ്ങിയാലുടൻ അവ ധൃതിയിൽ വീട്ടിലേക്കു മടങ്ങും. സൂര്യൻ അസ്തമിച്ചുകഴിഞ്ഞാൽ അവ എല്ലാ തുരങ്കങ്ങളും അടച്ചിട്ട് ഉറങ്ങും. താമസിച്ച് എത്തുന്നവർക്ക് പുറത്തു രാത്രി കഴിക്കുകയേ മാർഗ്ഗമുള്ളൂ.

സൂര്യൻ കാടിന്റെ പിന്നിലേക്കു താണുതുടങ്ങി.

എന്നിട്ടും നമ്മുടെ ഉറുമ്പ് ഇരുന്നിടത്തുനിന്ന് അനങ്ങിയില്ല.

"സമയം ധാരാളമുണ്ട്. താഴെയെത്താൻ അധികം സമയംവേണ്ട." അവൻ വിചാരിച്ചു.

അവൻ ഇരിക്കാൻ തിരഞ്ഞെടുത്ത ഇല അത്ര നല്ലതായിരുന്നില്ല. അത് പഴത്തതും കുറേശ്ശെ ഉണങ്ങിത്തുടങ്ങിയതുമായിരുന്നു.

ശക്തിയായ ഒരു കാറ്റ് അതിനെ അടർത്തി കാടിനും പുഴയ്ക്കും അപ്പുറത്തുള്ള ഗ്രാമത്തിലേക്കു പറത്തികൊണ്ടുപോയി.

ഉറുമ്പ് പ്രാണഭയത്തോടെ അതിൽ അള്ളിപ്പിടിച്ച് ഇരുന്നു.

കാറ്റ് അതിനെ ഗ്രാമത്തിനപ്പുറമുള്ള ഒരു പുൽമേട്ടിലെത്തിച്ചു. ഒടുവിൽ അവിടെയുള്ള ഒരു പാറയുടെ മുകളിൽ അതു ചെന്നു വീണു. ആ വീഴ്ചയുടെ ഫലമായി ഉറുമ്പിന്റെ കാലുകൾ ചതഞ്ഞു." എനിക്കിനി വീട്ടിലെത്താൻ കഴിയുകയില്ല. കാലുകൾ വേദനിച്ചില്ലായിരുന്നു എങ്കിൽ എനിക്ക് നിമിഷംകൊണ്ട് വീടെത്താമായിരുന്നു. പാറപ്പുറത്തു കിടന്നുകൊണ്ട് അവൻ വിചാരിച്ചു.

അവൻ ചുറ്റും നോക്കി. നിലത്ത് ഒരു അളവുകാരൻപുഴു കിടക്കുന്നത് അവൻ കണ്ടു. മറ്റു പുഴുക്കളെപ്പോലെതന്നെ അളവുകാരൻപുഴുവും ഒരു പുഴുതന്നെയാണ്. എന്നാൽ അതിന് മുമ്പിലും പിറകിലും കാലുകളുണ്ട്.

"അളവുകാരൻപുഴു, എന്നെ വീട്ടിലെത്തിക്കാമോ? എന്റെ കാലുകൾ വല്ലാതെ വേദനിക്കുന്നു." ഉറുമ്പ് പറഞ്ഞു.

"നീ എന്നെ കടിക്കുമോ?"

"കടിക്കില്ല."

"ശരി, പുറത്തു കയറിയിക്കോ."

ഉറുമ്പ് അളവുകാരൻ പുഴുവിന്റെ പുറത്തുകയറി ഇരുന്നു. അളവുകാരൻ പുഴുപുറം വളച്ച് പിൻകാലുകൾ മുമ്പോട്ടു കൊണ്ടുവന്ന് മുൻകാലുകളുടെ തൊട്ടു പിന്നിൽ വച്ചു. ഇപ്പോൾ അതിന്റെ വാൽ തലയുടെ

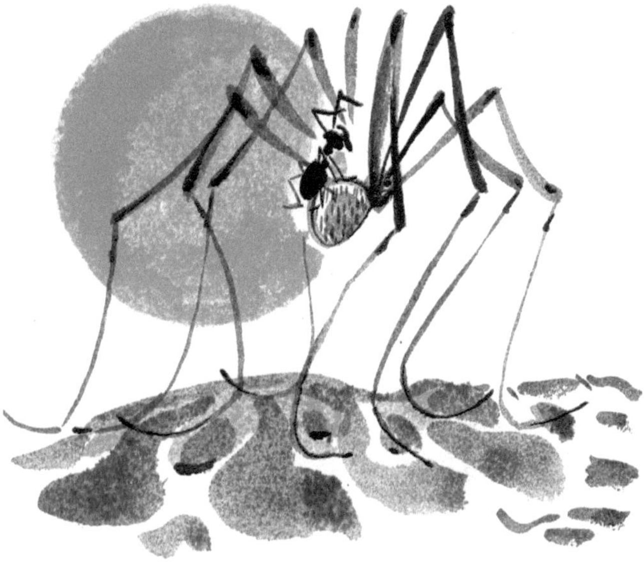

തൊട്ടുപിന്നിലാണ്. പിന്നീട് അത് മുൻകാലുകൾ തറയിൽനിന്നു പൊക്കി നേരെ നിവർന്നു നിന്നു. അതു കഴിഞ്ഞ് വടിപോലെ നിന്ന നിലയിൽത്തന്നെ അത് പോത്തോന്നു നിലത്തു വീണു. അങ്ങിനെ സ്വന്തം ഉടലിന്റെ നീളം കൊണ്ട് ഭൂമി അളന്നിട്ട് അതു വീണ്ടും മുതുകു വളച്ചു. ഈ രീതിയിൽ ദേഹംകൊണ്ട് നിലം അളന്നളന്നാണ് അതു മുമ്പോട്ടു പോകുന്നത്. അതിനാൽ അതിന്റെ മുതുകത്തിരുന്നിരുന്ന ഉറുമ്പിന് അതിനോടൊപ്പം ഒരോ തവണിയും തല മേല്പോട്ടും തല കീഴ്പോട്ടുമായി ഉയരുകയും താഴുകയും ചെയ്യേണ്ടിവന്നു.

"എനിക്കിതു താങ്ങൻ കഴിയുന്നില്ല! നിൽക്ക്, അല്ലെങ്കിൽ ഞാൻ കടിക്കും!" ഒടുവിൽ ഉറുമ്പ് വിളിച്ചു പറഞ്ഞു.

അളവുകാരൻപുഴു നടപ്പു നിർത്തി നിലത്ത് നീണ്ടുനിവർന്നു കടന്നു. ഉറുമ്പ് ചാടി താഴെയിറങ്ങി. അവൻ കിതയ്ക്കുന്നുണ്ടായിരുന്നു.

അവൻ ചുറ്റും നോക്കി. പുല്ലരിഞ്ഞു മാറ്റിയ ഒരു മൈതാനത്തിലാണ് താനെന്ന് അവനു മനസ്സിലായി. ഒരു എട്ടുകാലി ആ വഴി കടന്നുപോകുന്നത് അവൻ കണ്ടു. നീണ്ട കാലുകൾക്കിടയിൽ അതിന്റെ തല പൊങ്ങുകയും താഴുകയും ചെയ്തുകൊണ്ടിരുന്നു.

"എട്ടുകാലീ, എട്ടുകാലീ, എന്നെ വീട്ടിൽ കൊണ്ടാക്കാമോ? എന്റെ കാലുകൾക്കു ഭയങ്കര വേദനയാണ്."

"ശരി, കേറിക്കോ."

ഉറുമ്പ് എട്ടുകാലിയുടെ കാലിന്റെ മുട്ടുവരെ കയറിയിട്ട് അവിടെനിന്നു ഊർന്ന് അതിന്റെ മുതുകിലേക്കിറങ്ങി. കാരണം എട്ടുകാലികളുടെ കാലുകൾക്ക് അവയുടെ ഉടലിനേക്കാൾ പൊക്കമുണ്ട്. എട്ടുകാലി അതിന്റെ നീണ്ട കാലുകൾ ചലിപ്പിച്ചുതുടങ്ങി. അതിന്റെ എട്ടുകാലുകളും യാതൊരു ചിട്ടയുമില്ലാതെ ധൃതഗതിയിൽ തോന്നിയതുപോലെ നീങ്ങുകയാണെന്ന് ഉറുമ്പിനു തോന്നി. അവനു തലകറങ്ങി. വാസ്തവത്തിൽ എട്ടുകാലി വളരെ പതുക്കെയാണ് പൊയ്ക്കൊണ്ടിരുന്നത്. അത് വയർ നിലത്ത് ഉരച്ചുകൊണ്ട് മെല്ലെ ഇഴയുകയായിരുന്നു. താമസിയാതെ ഉറുമ്പിന് ഇഴഞ്ഞിഴഞ്ഞുള്ള ആ യാത്ര മതിയായി. അവൻ എട്ടുകാലിയെ കടിക്കാനൊരുങ്ങുമ്പോഴാണ് അവർ ഒരു നിരപ്പായ പാതയിലെത്തിയത്.

എട്ടുകാലി നടപ്പു നിർത്തി.

"താഴെയിറങ്ങ്, അതാ, അവിടെ ഒരു വണ്ട് ഇരിക്കുന്നതുകണ്ടോ? അത് എന്നേക്കാൾ വേഗം സഞ്ചരിക്കും."

ഉറുമ്പ് താഴെയിറങ്ങി. "വണ്ടേ, വണ്ടേ, നീ എന്നെ വീട്ടിൽ കൊണ്ടാക്കാമോ? എന്റെ കാലുകൾ വേദനിക്കുന്നു."

"ശരി, കയറിക്കോ."

ഉറുമ്പ് വണ്ടിന്റെ പുറത്ത് കയറിയിരുന്നയുടൻ വണ്ട് ഓടിത്തുടങ്ങി. വണ്ടിന്റെ കാലുകൾ കുതിരയുടെ കാലുകൾപോലെതന്നെ വളവില്ലാത്തവയാണ്. ആറുകാലുള്ള കുതിര പറന്നുപോകുന്നതുപോലെ അനായാസം കുതിച്ചുപാഞ്ഞു.

അവർ ഒരു ഉരുളക്കിഴങ്ങു പാടത്തെത്തി.

"താഴെയിറങ്ങ്, പൊങ്ങിയും താണും ഉള്ള ഈ വരമ്പുകളിലൂടെ സഞ്ചരിക്കാൻ വലിയ പ്രയാസമാണ്. കുത്തനെയുള്ള അവയുടെ വശങ്ങളിലൂടെ കയറാൻ എനിക്കു സാധിക്കയില്ല. അതുകൊണ്ട് നീ മറ്റൊരു വാഹനം അന്വേഷിച്ചോളൂ."

ഉറുമ്പിന് ഇറങ്ങുകയല്ലാതെ മറ്റു മാർഗ്ഗമൊന്നും ഉണ്ടായിരുന്നില്ല.

ഉറുമ്പിനെ സംബന്ധിച്ചിടത്തോളം ഒരു ഉരുളക്കിഴങ്ങു പാടം ഒരു ഘോരവനത്തിനു തുല്യമാണ്. കാലിനു വേദനയില്ലെങ്കിൽത്തന്നെ അവന് അതു കടക്കാൻ ചുരുങ്ങിയത് ഒരു ദിവസം വേണ്ടിവരും. സൂര്യൻ അസ്തമിക്കാൻ ഇനിനേരം അധികമില്ല.

പെട്ടെന്ന് ഉറുമ്പ് ഒരു ഞരക്കം കേട്ടു:

"ഉറുമ്പേ, എന്റെ പുറത്തു കയറിക്കോ, നമുക്ക് പോകാം."

ഉറുമ്പ് അതാരാണെന്നറിയാൽ തിരിഞ്ഞുനോക്കി. അത് ഒരു ചെറിയ ചെള്ളായിരുന്നു. അതിന് ഉറുമ്പിന്റെയത്രപോലും വലിപ്പമുണ്ടായിരുന്നില്ല.

"നിനക്ക് എന്നെ ചുമന്നുകൊണ്ട് പോകാൻ സാധിക്കയില്ല. നീ അത്ര ചെറുതാണ്."

"നീ എത്ര വലുതാണെന്നാണോ നിന്റെ വിചാരം? വേഗം കേറിയിരിക്ക്."

ഉറുമ്പ് ഒരു തരത്തിൽ ചെള്ളിന്റെ പുറത്തു കയറി. അവന്റെ കാലുകൾ ചെള്ളിന്റെ പുറത്തുനിന്ന് തൂങ്ങിക്കിടന്നിരുന്നു.

"ശരിക്ക് ഇരുന്നോ?"

"ഇരുന്നു."

"മുറുക്കെ പിടിച്ചോ."

ചെള്ള് അതിന്റെ കരുത്തുറ്റ പിൻകാലുകൾ മടക്കി വച്ചു. അപ്പോൾ അവ ചെറിയ സ്പ്രിംഗുകൾ പോലെയാണിരുന്നത്. ക്ലിക്! കാലുകൾ നിവർന്നു. ചെള്ള് ഒരു വരമ്പിന്റെ മുകളിൽ എത്തിക്കഴിഞ്ഞു. ക്ലിക്! അടുത്ത വരമ്പിന്റെ മുകളിൽ അതെത്തി. വീണ്ടും ക്ലിക്ക്! മൂന്നാമത്തെ വരമ്പിന്റെ മുകളിലായി. ഒരു മതിലിനടുത്തെത്തുന്നതുവരെ ചെള്ള് അങ്ങിനെ ചാടിക്കൊണ്ടിരുന്നു.

"നിനക്ക് മതിൽ ചാടിക്കടക്കാൻ കഴിയുമോ?" ഉറുമ്പ് ചോദിച്ചു.

"ഇല്ല, അതിനു പൊക്കം കൂടുതലാണ്. നീ പച്ചക്കുതിരയോടു ചോദിച്ചു നോക്ക്."

"പച്ചക്കുതിരേ എന്നെ വീട്ടിലെത്തിക്കാമോ? എന്റെ കാലുകൾ വല്ലാതെ വേദനിക്കുന്നു."

"ശരി, കയറിക്കോ."

ഉറുമ്പ് പച്ചക്കുതിരയുടെ പുറത്തു കയറി ഇരുന്നു.

പച്ചക്കുതിര അതിന്റെ പിൻകാലുകൾ നടുവേ മടക്കിയിട്ട് പെട്ടെന്ന് നിവർത്തി. ചെള്ളു പൊങ്ങിയതുപോലെ അതു മേല്പോട്ടു പൊങ്ങി. പെട്ടെന്ന് അത് ചിറകു വിടർത്തി മതിലിനപ്പുറത്തേക്കു പറന്നു. അത് മെല്ലെ മതിലിനപ്പുറമുള്ള പുല്ലിൽ ഇറങ്ങി.

"ഞാൻ ഇത്രടമേ വരുന്നുള്ളൂ. നീ ഇറങ്ങിക്കോ."

മുമ്പിൽ ഒരു പുഴയൊഴുകുന്നത് ഉറുമ്പ് കണ്ടു. അതിന്റെ മറുകരയിലേക്കു നീന്താൻ അവനു കഴിവില്ലായിരുന്നു.

സൂര്യൻ താണുതാണു വന്നു.

"എനിക്ക് ഇതിനപ്പുറത്തേക്കു ചാടാൻ കഴിയുകയില്ല. ഇതിന് വീതി കൂടുതലാണ്." പച്ചക്കുതിര പറഞ്ഞു. "പക്ഷേ ഭയപ്പെടേണ്ട. നിന്നെ അക്കര കടത്താൻ ഞാൻ നീർവണ്ടിനോടു പറയാം."

താമസിയാതെ കാലുകളുള്ള ഒരു വഞ്ചി വെള്ളത്തിലൂടെ ഒഴുകിവരുന്നത് ഉറുമ്പ് കണ്ടു. ഒരു വഞ്ചിയല്ല അതെന്ന് അത് അടുത്തെത്തിയപ്പോൾ അവനു മനസ്സിലായി. നീർവണ്ടായിരുന്നു അത്.

"നീർവണ്ടേ, നീർവണ്ടേ, എന്നെ വീട്ടിലെത്തിക്കാമോ? എന്റെ കാലുകൾ വേദനിക്കുന്നു.

"ശരി, കയറിക്കോ."

ഉറുമ്പ് നീർവണ്ടിന്റെ പുറത്തു കയറി ഇരുന്നു. തൽക്ഷണം തന്നെ നീർവണ്ട് അക്കരയ്ക്കു പുറപ്പെട്ടു. കരയിൽ നടക്കുന്നതുപോലെ അനായാസമായി അത് ജലപ്പരപ്പിലൂടെ നടന്നു.

സൂര്യൻ അസ്തമിക്കാൻ ഇനി നിമിഷങ്ങളേ ബാക്കിയുള്ളൂ.

"കുറച്ചുകൂടി വേഗത്തിൽ പോകാമോ? ദയവുചെയ്ത് ഒന്നു ശ്രമിച്ചുനോക്കൂ. താമസിക്കാൻ അവർ എന്നെ വീട്ടിൽ കയറ്റുകില്ല."

“ഞാൻ ശ്രമിക്കാം,” എന്നു പറഞ്ഞുകൊണ്ട് നീർവണ്ടി ആകാവുന്നത്ര വേഗം മുന്നോട്ടു നീങ്ങി. പിൻകാലുകൾ വെള്ളത്തിൽ ഊന്നിയിട്ട് ഐസിന് മീതെ തെന്നിനീങ്ങുന്നതുപോലെയാണ് അതു സഞ്ചരിക്കുന്നത്. അവർ മറുക്കരയെത്തി.

“നിനക്ക് കരയിൽ നടക്കാൻ കഴിയുകയില്ലേ?”

“ഇല്ല, കരയിൽ നടക്കാൻ വലിയ പ്രയാസമാണ്. അവിടെ എന്റെ കാലുകൾ തെന്നിനീങ്ങുകയില്ല. അല്ലെങ്കിൽത്തന്നെ മുമ്പിലുള്ളത് ഒരു വനമാണ്. മറ്റൊരു വാഹനം അന്വേഷിക്കുന്നതാണ് നിനക്കു നല്ലത്.”

ഉറുമ്പ് മേല്പോട്ടു നോക്കി. മരങ്ങൾ ആകാശം മുട്ടെ വളർന്നുനിൽക്കുന്നു. സൂര്യൻ അവയ്ക്കു പിന്നിൽ മറഞ്ഞു കഴിഞ്ഞു. കഷ്ടം! സമയത്തു വീട്ടിലെത്താൻ ഉറുമ്പിന് പറ്റുകയില്ല.

“അതാ നിനക്ക് പറ്റിയ ഒരു വാഹനം വരുന്നു.” നീർവണ്ടു പറഞ്ഞു. വലിയ ഒരു ചെല്ലി അവിടെ പറന്നെത്തി. ഉറുമ്പിന് അതിനെ ഇഷ്ടപ്പെട്ടില്ല. എങ്കിലും അവൻ നീർവണ്ടിന്റെ ഉപദേശം സ്വീകരിച്ചു.

“ചെല്ലീ, ചെല്ലീ, എന്നെ വീട്ടിലെത്തിക്കാമോ? എന്റെ കാലുകൾ വേദനിക്കുന്നു.”

“നീ എവിടെയാണു താമസിക്കുന്നത്?”

“വനത്തിനപ്പുറമുള്ള പുറ്റിൽ”

“അതു വളരെ ദൂരെയാണല്ലോ. പക്ഷേ സാരമില്ല, കയറിക്കോ,” ഉറുമ്പ് ചെല്ലിയുടെ കട്ടപ്പമുള്ള പുറത്തേക്ക് ഇഴഞ്ഞു കയറി.

“തയ്യാറായോ?”

“ആയി”

“നീ എവിടെയാണ് ഇരിക്കുന്നത്?”

“നിന്റെ പുറത്ത്.”

“മഠയൻ. വേഗം എന്റെ തലയിൽ കയറി ഇരിക്ക്.”

ഉറുമ്പ് ചെല്ലിയുടെ തലയിൽ കയറി ഇരുന്നു. അതു നന്നായി. കാരണം അല്പം കഴിഞ്ഞപ്പോൾ ചെല്ലിയുടെ പുറം രണ്ടായി പിളർന്ന് കമഴ്ത്തിവച്ച തോടുകൾ പോലുള്ള കട്ടിയുള്ള രണ്ട് ചിറകുകളായിത്തീർന്നു.

ചെല്ലി തോടുപോലുള്ളതല്ല ആ ചിറകുകൾ ഉയർത്തിയ ഉടൻതന്നെ അവയ്ക്കിടയിൽനിന്ന് പട്ടുപോലെ മാർദ്ദവമുള്ള സുതാര്യമായ ഒരു ജോടി ചിറകുകൾ പുറത്തേക്കു നീണ്ടുവന്നു. അവയ്ക്ക് കട്ടിയുള്ള ചിറകുകളേക്കാൾ നീളവും വീതിയും ഉണ്ടായിരുന്നു.

ഷ്! ഷ്! ഷ്! ഒരു മോട്ടോർ സ്റ്റാർട്ടുചെയ്യുന്നതുപോലെ ചെല്ലി ശബ്ദമുണ്ടാക്കി.

“ദയവുചെയ്ത് വേഗം പോകാം.” ഉറുമ്പ് പറഞ്ഞു.

എന്നാൽ ചെല്ലി മറുപടി പറഞ്ഞില്ല. അതു പിന്നേയും മൂളിക്കൊണ്ടിരുന്നു. അതിന്റെ സുതാര്യമായ ചിറകുകൾ ചലിച്ചുതുടങ്ങി. അവ കൂടുതൽ കൂടുതൽ വേഗത്തിൽ ചലിച്ചു. ഷ്! ഷ്! ടക്-ടക്-ടക്! ചെല്ലി നേരെ മേല്പോട്ടുയർന്നു കുപ്പിയിൽ നിന്ന് ഒരു കോർക്കു തെറിച്ചു പോകുന്നതുപോലെ അത് കൂടുതൽ കൂടുതൽ ഉയർന്നു മരങ്ങൾക്ക് മുകളിലെത്തി.

ആ ഉയരത്തിൽ നിന്ന് നോക്കിയപ്പോൾ സൂര്യന്റെ വക്ക് ഭ്രമിയിൽ തൊടുന്നത് ഉറുമ്പു കണ്ടു. ചെല്ലി അതിവേഗം പറന്നിരുന്നതിനാൽ ഉറുമ്പിനു ശ്വാസം മുട്ടി ഷ്!ഷ്! ടക്–ടക്–ടക്! ഒരു വെടിയുണ്ടപോലെ ചെല്ലി ചീറിപ്പറഞ്ഞു.

കാട് പിന്നിലായി. സുപരിചിതമായ ബർച്ചുമരവും അതിന്റെ ചുവട്ടിലുള്ള ഉറുമ്പിൽപുറ്റും കാണാറായി. ബർച്ചുമരത്തിന്റെ നേരെ മുകളിലെത്തിയപ്പോൾ ചെല്ലി മോട്ടോർ നിർത്തിവച്ചു. അതു താണ് ബർച്ചിന്റെ ഒരു ശിഖരത്തിൽ ചെന്നിരുന്നു.

"ഞാൻ എങ്ങിനെ താഴെയിറങ്ങും? ഇപ്പോഴും എന്റെ കാലുകൾ വേദനിക്കുന്നുണ്ട്. ഇറങ്ങാൻ ശ്രമിച്ചാൽ തീർച്ചയായും എന്റെ കഴുത്തൊടിയും."

ചെല്ലി ലോലമായ ചിറകുകൾ മടക്കി തോടുപോലുള്ള ചിറകുകൾ കൊണ്ട് സൂക്ഷിച്ച് അവ മൂടി.

അല്പനേരത്തെ മൗനത്തിനു ശേഷം അതു പറഞ്ഞു:

"നീ എങ്ങനെ താഴെയിറങ്ങുമെന്ന് എനിക്കറിഞ്ഞുകൂടാ. പക്ഷേ ഞാൻ നിന്നെ താഴത്തേക്കു കൊണ്ടുപോകുമെന്ന് പ്രതീക്ഷിക്കണ്ട. ഉറുമ്പുകൾ ഭയങ്കരമായി കടിക്കും. അതുകൊണ്ട് ഇനി നീ തന്നെ നിന്റെ കാര്യം നോക്കിക്കോ."

ഉറുമ്പ് താഴെയുള്ള തന്റെ വീട്ടിലേക്കു നോക്കി. പിന്നീട് അവൻ സൂര്യനെ നോക്കി. ഭൂമി സൂര്യന്റെ പകുതിയിലേറെ വിഴുങ്ങിക്കഴിഞ്ഞിരുന്നു.

ഉറുമ്പ് ചുറ്റും നോക്കി. ഇലകളും ശിഖിരങ്ങളുമല്ലാതെ മറ്റൊന്നും അവനു കാണാൻ കഴിഞ്ഞില്ല.

ഉറുമ്പിന് സമയത്തു വീട്ടിലെത്താൻ കഴിയുകയില്ല. അവന് താഴത്തേക്കു ചാടാനും നിവൃത്തിയില്ല.

അടുത്തുള്ള ഒരിലയിലിരുന്ന് പട്ടുനൂലു പിരിച്ച് ഒരു മരച്ചില്ലയിൽ ചുറ്റിക്കൊണ്ടിരുന്ന ശലഭപ്പുഴുവിനെ പെട്ടെന്നാണ് അവൻ കണ്ടത്.

ശലഭപ്പുഴു, ശലഭപ്പുഴു, എന്നെ താഴെയിറങ്ങാൻ സഹായിക്കുമോ? ഇനി ഒരൊറ്റ മിനിട്ടേ ബാക്കിയുള്ളൂ. അതു കഴിഞ്ഞാൽ രാത്രി മുഴുവൻ എനിക്ക് പുറത്തു കഴിയേണ്ടിവരും."

"എന്നെ ശല്യപ്പെടുത്തരുത്. ഞാൻ ജോലി ചെയ്യുകയാണെന്ന് കാണാൻ പാടില്ലേ?"

"മറ്റുള്ളവരെല്ലാം എന്നെ സഹായിച്ചു. ആരും എന്നെ ആട്ടിയോടിച്ചില്ല. നീ മാത്രമാണ് എന്നെ സഹായിക്കാത്തത്," എന്നു പറഞ്ഞുകൊണ്ട് ഉറുമ്പ് ശലഭപ്പുഴുവിന്റെ മേൽ ചാടിവീണ് അതിനെ കടിച്ചു.

ശലഭപ്പുഴു അത് തീരെ പ്രതീക്ഷിച്ചതല്ല. അതു ചുരുണ്ടുകൂടി ഇലയിൽനിന്ന് താഴെ വീണു. ഉറുമ്പ് കടി വിട്ടില്ല.

എന്നാൽ അവ അധികദൂരം വീണില്ല. എന്തോ അവയെ പിടിച്ചു നിർത്തി. ഒരു പട്ടുനൂലിൽ തൂങ്ങിക്കിടന്ന് അവ അങ്ങോട്ടുമിങ്ങോട്ടും

ആടിക്കൊണ്ടിരുന്നു. ആ നൂല് മുകളിലുള്ള ചില്ലയിൽ ചുറ്റിയിരിക്കയായിരുന്നു. ശലഭപ്പുഴുവും ഉറുമ്പും ഊഞ്ഞാലാടുന്നതുപോലെ ആ നൂലിൽ തൂങ്ങിക്കിടന്ന് ആടിക്കൊണ്ടിരുന്നു. ആ സമയമെല്ലാം നൂലിന്റെ നീളം കൂടിക്കൂടി വന്നു. അത് ശലഭപ്പുഴുവിന്റെ വയറ്റിൽ നിന്ന് നീണ്ടുനീണ്ടു വന്നു. എന്നാൽ ഒരിക്കലും പൊട്ടിയില്ല.

ഉറുമ്പും ശലഭപ്പുഴുവും നിലത്തോട് അടുത്തടുത്ത് വന്നുകൊണ്ടിരുന്നു.

ഉറുമ്പിൻപുറ്റിലുള്ള എല്ലാ ഉറുമ്പുകളും തങ്ങളുടെ വീട്ടിനുള്ളിലേക്കു കയറാനുള്ള മാർഗ്ഗങ്ങൾ അടയ്ക്കുന്നതിൽ വ്യാപൃതരായിരുന്നു. താമസിയാതെ ഒരു വഴിയൊഴികെ മറ്റെല്ലാം അടയ്ക്കപ്പെട്ടു.

ഉറുമ്പ് ശലഭപ്പുഴുവിന്റെ പുറത്തുനിന്ന് ചാടിയിറങ്ങി ധൃതിയിൽ അകത്തു കടന്നു.

ആ നിമിഷംതന്നെ സൂര്യൻ അസ്തമിക്കുകയും ചെയ്തു.

ആദ്യത്തെ നായാട്ട്

മുറ്റത്തെ കോഴിക്കുഞ്ഞുങ്ങളെ ഓടിച്ച് പട്ടിക്കുട്ടിക്കു മുഷിഞ്ഞു.

"കാട്ടുപക്ഷികളേയും മൃഗങ്ങളേയും പിടിക്കാൻ പോകുന്നതാണ് ഇതിലും രസം," അവൻ തീരുമാനിച്ചു.

അവൻ ഗയിറ്റിനടിയിലൂടെ ഇഴഞ്ഞു പുറത്തു കടന്നു. ഒരു പുൽത്തകിടിയിലേക്കാണ് അവൻ പോയത്.

അവൻ ഓടിനടക്കുന്നത് കാട്ടുമൃഗങ്ങളും പക്ഷികളും പ്രാണികളും കണ്ടു.

"ഇവനെ ഒന്നു പറ്റിക്കണം." ഞാറപ്പക്ഷി വിചാരിച്ചു.

"ഞാൻ അവനെ അത്ഭുതപ്പെടുത്തും. ഹൂപ്പൂപക്ഷി വിചാരിച്ചു.

"ഞാൻ അവനെ വിരട്ടും". റൈനെക്ക് പക്ഷി വിചാരിച്ചു.

"ഞാൻ കടന്നുകയും പല്ലി വിചാരിച്ചു.

ശലഭപ്പുഴുവും ചിത്രശലഭങ്ങളും പച്ചക്കുതിരകളും വിചാരിച്ചു: "അവൻ കാണാതെ ഒളിച്ചിരിക്കണം."

"ഞാൻ അവനെ ഓടിക്കും." ബോംബാർഡിയർ വണ്ട് വിചാരിച്ചു.

'ഞങ്ങൾക്ക് ഓരോരുത്തർക്കും സ്വയരക്ഷയ്ക്ക് അവരവരുടേതായ മാർഗ്ഗങ്ങളുണ്ട്!" അവ വിചാരിച്ചു.

പട്ടിക്കുട്ടി കുളത്തിനടുത്തേയ്ക്ക് ഓടിച്ചെന്നു. ഞാറപ്പക്ഷി ഞാങ്ങണച്ചെടികൾക്കടുത്ത് ഒറ്റക്കാലിൽ നിൽക്കയായിരുന്നു. വെള്ളം

അതിന്റെ മുട്ടോളം വരും.

"ഇതിനെ ഇപ്പോൾത്തന്നെ പിടികൂടണം," അവൻ അതിന്റെ പുറത്തേക്കു ചാടി വീഴാൻ തയ്യാറെടുത്തു.

എന്നാൽ ഞാറപ്പക്ഷി ഞാങ്ങണച്ചെടികൾക്കിടയിലേക്ക് നടന്നു.

കാറ്റ് ശക്തിയായി വീശി. ഞാങ്ങണച്ചെടികൾ ആടി. പിറകോട്ടും മുമ്പോട്ടും പിറകോട്ടും മുമ്പോട്ടും.

മഞ്ഞയും തവിട്ടും വരകളുള്ള ഞാറപ്പക്ഷി ഞാങ്ങണച്ചെടികൾക്കിടയിൽ നിന്നു. അതും ആടിക്കൊണ്ടിരുന്നു. പിറകോട്ടും മുമ്പോട്ടും, പിറകോട്ടും മുമ്പോട്ടും.

പട്ടിക്കുട്ടി കണ്ണുകൾ മലർക്കെ തുറന്ന് ഞാങ്ങണച്ചെടികൾക്കിടയിലേക്കു നോക്കി. എന്നാൽ അവന് അവയ്ക്കിടയിൽ നിന്നിരുന്ന ഞാറപ്പക്ഷിയെ തിരിച്ചറിയാൻ കഴിഞ്ഞില്ല.

"ഞാറപ്പക്ഷി എന്നെ പറ്റിച്ചു. വെറും ഞാങ്ങണച്ചെടികളുടെ മുകളിലേക്ക് ചാടാൻ ഞാൻ ഉദ്ദേശിക്കുന്നില്ല. മറ്റൊരു തരം പക്ഷിയെ പിടിക്കാം," പട്ടിക്കുട്ടി വിചാരിച്ചു.

അവൻ ഒരു ചെറിയ കുന്നിന്റെ മുകളിലേക്ക് ഓടി. നിലത്ത് ഒരു ഹൂപൂപക്ഷി ഇരിക്കുന്നത് അവൻ കണ്ടു. അത് തന്റെ തലയിലെ പൂവ് നിവർത്തുകയും മടക്കുകയും ചെയ്തു കളിക്കുകയായിരുന്നു.

“കൊള്ളാം! ഞാൻ ഈ കുന്നിന്റെ മുകളിൽനിന്ന് നേരെ അതിന്റെ മുകളിലേക്കു ചാടി വീഴും!”

എന്നാൽ ആ പക്ഷി ചിറകുകളും വാലും വിരിച്ചു പിടിച്ചു കൊക്ക് മുകളിലേക്കു ചൂണ്ടി മണ്ണിനോട് ഒട്ടിച്ചേർന്നു കിടന്നു.

പട്ടിക്കുട്ടി മിഴിച്ചുനോക്കി. പക്ഷിയെ കാണാനില്ല. അതിരുന്നിരുന്ന സ്ഥലത്ത് പലനിറങ്ങളുള്ള ഒരു പഴന്തുണി കിടക്കുന്നുണ്ട്. വളഞ്ഞ ഒരു സൂചി അതിൽനിന്ന് ഉന്തി നിൽക്കുന്നു.

പട്ടിക്കുട്ടി അത്ഭുതപ്പെട്ടു—ആ പക്ഷിക്ക് എന്തുപറ്റി?

“നിറമുള്ള ഈ പഴന്തുണിക്കഷ്ണം കണ്ടിട്ട് അത് ഒരു പക്ഷിയാണെന്നു ഞാൻ തെറ്റിദ്ധരിച്ചതാവാം. വേഗം ചെന്ന് ഏതെങ്കിലും ഒരു ചെറിയ പക്ഷിയെ പിടികൂടണം!”

അവൻ ഒരു മരത്തിനടുത്തേക്ക് ഓടിച്ചെന്നു. അതിന്റെ കൊമ്പുകളിലൊന്നിൽ ഒരു കൊച്ചു പക്ഷി ഇരുന്നിരുന്നു. റൈനെക്ക്.

പട്ടിക്കുട്ടി അതിന്റെ നേർക്കു പാഞ്ഞു. എന്നാൽ അത് മരത്തിലെ ഒരു പൊത്തിനുള്ളിൽ ഒളിച്ചു.

“ഹാ, പിടിക്കാൻ എളുപ്പമായി,” പട്ടിക്കുട്ടി വിചാരിച്ചു. അവൻ മുൻകാലുകൾ പൊക്കി എത്തിവലിഞ്ഞ് പൊത്തിലേക്കു നോക്കി. ആ ഇരണ്ട പൊത്തിനുള്ളിലിരുന്ന് ഒരു കറുത്ത പാമ്പ് ഭയങ്കരമായി ചീറ്റി.

പട്ടിക്കുട്ടി ഞെട്ടി പിൻവാങ്ങി. അവന്റെ രോമം എഴുന്നുനിന്നു. അവൻ ജീവനും കൊണ്ട് ഓടി. റൈനെക്ക് പക്ഷിയാണ് പൊത്തിനുള്ളിലിരുന്ന് അവന്റെ നേരെ ചീറ്റിയത്. അത് തലവട്ടം കറക്കിക്കൊണ്ടിരുന്നു. അതിന്റെ പുറത്തുണ്ടായിരുന്ന കറുത്ത വര ഒരു

പാമ്പിനെപ്പോലെ പുളഞ്ഞുകൊണ്ടിരുന്നു.

"ഹോ, കഷ്ടിച്ചു രക്ഷപ്പെട്ടു!" പട്ടിക്കുട്ടി വിചാരിച്ചു. "എന്റെ കാലുകൾ തളർന്നുപോകുമെന്നു തോന്നി. ഇനി പക്ഷികളെ പിടിക്കാൻ ഞാനില്ല. ഒരു പല്ലിയെ പിടിക്കുന്നതായിരിക്കും നല്ലത്."

പല്ലി കണ്ണടച്ചുകൊണ്ട് ഒരു പാറപ്പുറത്തിരുന്ന് വെയിലുകായുക യായിരുന്നു.

പട്ടിക്കുട്ടി ശബ്ദം കേൾപ്പിക്കാതെ അടുത്തുചെന്ന് അതിന്റെ നേരെ ചാടി. അതിന്റെ വാലിലാണ് പിടികിട്ടിയത്.

പല്ലി വാലിന്റെ കഷ്ണം ഉപേക്ഷിച്ചിട്ട് പാറയ്ക്കടിയിൽ ഒളിച്ചു. പല്ലിയുടെ വാൽ പട്ടിക്കുട്ടിയുടെ പല്ലുകൾക്കിടയിലിരുന്നു വിറച്ചു.

പട്ടി ആത്തു തുപ്പിക്കളഞ്ഞിട്ട് പല്ലിയുടെ പിന്നാലെ ചെന്നു. പല്ലി എവിടെപോയി? അത് പാറയ്ക്കടിയിൽ വളരെ നേരെ അനങ്ങാതെ ഇരുന്നു. അതിന് പുതിയ ഒരു വാൽ വളർന്നുവന്നു.

"പല്ലിയെ പിടികിട്ടിയില്ലെങ്കിൽ പ്രാണികളെ പിടിക്കുകതന്നെ." പട്ടിക്കുട്ടി നിശ്ചയിച്ചു.

അവൻ ചുറ്റും നോക്കി. പലതരം വണ്ടുകൾ നിലത്തുകൂടി ഇഴയു ന്നുണ്ട്. പച്ചക്കുതിരകൾ പുല്ലിൽ ചാടിക്കളിക്കുന്നു. ശലഭപ്പുഴുക്കൾ മരക്കൊമ്പുകളിൽ ഇഴഞ്ഞു നടക്കുന്നു. ചിത്രശലഭങ്ങൾ വായുവിൽ പാറിക്കളിക്കുന്നു.

പട്ടിക്കുട്ടി അവയ്ക്കടുത്തേക്ക് ഓടി. പെട്ടെന്ന് ചുറ്റുമുള്ള ദൃശ്യം മാറി. അവയെല്ലാം അവിടെത്തന്നെ ഉണ്ടായിരുന്നു. എന്നാൽ അവന്

അവയെ കാണാൻ കഴിഞ്ഞില്ല. അവ ഒളിച്ചിരിക്കയായിരുന്നു.

പച്ചക്കുതിരകൾ പച്ചപ്പുല്ലിനിടയിൽ ഒളിച്ചു.

ശലഭപ്പുഴുക്കൾ മരക്കൊമ്പുകളിൽ നിശ്ചലരായി ഇരുന്നു. ഇപ്പോൾ അവ മരത്തിന്റെ ഭാഗമാണെന്നേ തോന്നുകയുള്ളൂ.

ചിത്രശലഭങ്ങൾ ചിറകുകൾ മടങ്ങി. മരങ്ങളിൽ ഇരുന്നു. മരക്കൊമ്പുകളുടേയും ഇലകളുടേയും ഇടയിൽ അവയെ തിരിച്ചറിയാൻ കഴിയുകയില്ല,

ബൊംബാർഡിയർ വണ്ട് മാത്രം ഒളിക്കാൻ നോക്കാതെ നിലത്ത് ഇഴഞ്ഞു നടന്നു. പട്ടിക്കുട്ടി അതിനെ പിടിക്കാൻ ചെന്നു. എന്നാൽ പെട്ടെന്ന് ആ വണ്ട് നടപ്പു നിർത്തി പൊള്ളിക്കുന്ന ഒരു ദ്രാവകം അവന്റെ നേരെ തെറിപ്പിച്ചു. അത് അവന്റെ മൂക്കിലാണ് കൊണ്ടത്.

പട്ടിക്കുട്ടി മോങ്ങിക്കൊണ്ട് തിരിഞ്ഞോടി. കാലുകൾക്കിടയിലേക്ക് വാൽതിരുകിക്കൊണ്ട് അവൻ മൈതനത്തിലൂടെ ഓടി ഗയിറ്റിനുള്ളിൽ കടന്നു.

അവൻ പട്ടിക്കൂട്ടിനുള്ളിൽ അഭയം പ്രാപിച്ചു. തല പുറത്തേക്കു നീട്ടാൻ പോലും വളരെ നേരത്തേക്ക് അവനു ധൈര്യമുണ്ടായിരുന്നില്ല.

പക്ഷിമൃഗാദികളും പ്രാണികളും യഥേഷ്ടം ജീവിച്ചു.

www.ingramcontent.com/pod-product-compliance
Ingram Content Group UK Ltd.
Pitfield, Milton Keynes, MK11 3LW, UK
UKHW041121071026
15587UKWH00009B/55

9 789389 804133